Woy ak Cax

Ci ëttub làmmiñu wolof

Poésie et devinettes dans la pensée wolof

Murtadaa Jóob

Woy ak Cax

Ci ëttub làmmiñu wolof

Poésie et devinettes dans la pensée wolof

Sénégal
L'Harmattan

10 VDN, Sicap Amitié 3, Lotissement Cité Police, DAKAR

http://www.harmattansenegal.com
diffusion.harmattan@wanadoo.fr
senharmattan@gmail.com

ISBN : 978-2-343-14100-8
EAN : 9782343141008

Woy ak i Daajam
ci Làmmiñu Wolof

Toftalu ci

« Sib naa la, yaw sama baay !!! »

(Ci Jukkib fanweer i woy ak ñatt)

XAAJ BU NJËKK BI

CI BIND BU NJËKK MI

Woy ak i daajam ci làmmiñu wolof

1. Wuuteg nit ak mala
2. Woy, taalif ak wax
3. Woykat bi ak woyam
4. Cosaanu woy
5. Giiri daaj yi ci woyu wolof

I) Wuutaleg nit ak mala

1 - Li wuutale nit ak mala mooy **tëritu raf-rasu-bopp sa bopp**[1] gi mala wi mooñoo ba tax koo njaay-àlle ak **yëgug settantal ak ràññee** [2] giy dottikoo ci xel mi ci nit ba tax nit di ku nite te kudul nit amu ko.

2 – **Tëritu raf-rasu-bopp sa bopp** gi mala wi mooñoo, te mu koy yëge ci li ko wër ci kéew gi, du lu muy ballale ci am xel ndax mooñoowu ko. Xam-xamu mala ci kéew gi weesuwul li aw yaram ak bakkanam di ittewoo ci lekk, ci naan, ci foo, ci sëy, ci tëdd, ci nelaw, ca jamono ja mu tollu ak ca barab ba mu nekk, ca jamono jooja. **Tëritu raf-rasu- bopp sa bopp** googu mooy xiirtal mala wi ci muy topptoo leeg-leeg leneen ludul boppam. Loolu bu yaatoo ba yaatu du weesu am njuram ak barab ba muy goor.

3 - **Yëgug settantal ak ràññee** gi ci nit weesu na riirum yëngu yeek xew - xew yi wër nit ki, da ñuy dug ci seen biir ngir jéem ca raw ay **takkun**[3] yu muy lëkkalee yëngu yi ak xew – xew yi ci seen bopp, di ci lëkkale boppam ak kéew yi ak yi ñu ëmb. **Yëgug settantal ak ràññee** googu mooy tax ba nit ki di sàkkoo xam fu mu tollu tëralinu àtte yiy doxal kéew gi ak yiy xew ci biiram ngir jéem léen a tàggat ba dëppale léen ak ay bëgg - bëgg i boppam.

---

[1] Instinct égocentrique

[2] Conscience cognitive et esprit de discernement

[3] Attaches

4 - **Yëgug settantal ak ràññee** gi moo jox nit mën-mën ak sañ-sañu tànn di bëgg mbaa muy bañ, di bég mbaa muy mer ci lu tegu ci xel ak ci xam-xam, moo yékkati darajay nit ba mu am mën-mënu jiite kiliftéefug dund gi te it moo tax ba nit di ittewoo saasu ne lu jëm ci **taar** ak **taaral** [4] cig dundam ak ciw nekkinam ba tax koo fent yii di **xayteem** [5] ak **mbatiitam** [6] yu muy askanale boppam.

5 – Ci yépp yi nit di jumtuwoo ngir màggal **yëgug settantal ak ràññee** gi tax ba **taar** ak **taaral** doon cafkag koddaayal xayam ak mbatiitam, li ci gëna màgg te ëppal ci nit njariñ moodi **làmmiñ** [7] ak **wax** [8].

6 – Lépp lu ab xol yëg, am xel di xalam, aw làmmiñ di ko melal ci ay wax yuy jëmmal taar ak taaral, dara gënu cee kawe te mën a am ci nit ki jeexital yu koy jariñ mbaa ñu koy lor, lii ci **woy**[9].

II) Woy, taalif ak wax?

7 - Barina lu nuy dégg nit di jëfandikoo baatub **taalif** te fekk **woy** la ci namm. Baatub **taalif** baat bu nu àbbe ci làmmiñu araab la. Li muy tekki mooy dajale ay bind. Di na

[4] La beauté et l'esthétique
[5] Civilisation
[6] Culture
[7] Langue parlée
[8] Parler, parole
[9] Poésie

ñu koy tekkee it bind. Ci tegtal dañu naan: "*Musaa Ka moo* ***taalif***[10] *woy wii di xarnu bi*".

8 - Li waral ñuy jëfandikoo tey baatud **taalif** te di ci jublu **woy** dadi ñenn ci doomi lammiñi réew mi ya demon Tugal ngir mottali séenum njàng, (te ca ñooña mënees na ca tudd ñu ci mel ni: *Seex Ànta Jóob, Asan Silla, Seex Aliyu Ndaw, Massamba Saare, Usmaan Faal, Jibril Assan Mbeng, Me Abdulaay Wàdd* ak *Saaliwu Kànji*), gannaaw ba jàngee sottal, la ñu am yëg-yëg ci ni dañoo wara wëlbatiku ci làmmiñi cosaan, dundaat léen, dundal léen. Ci noonu la ñu dellusi xooju ci seeni ñoñ, di góor-góorlu, di jàngaat ak di gëstu làmmiñi réew mi. ci séenu góor-góorlu googu ak ci seen farlu googu la ñu dekkale ay baati cosaan yu demoon ba dee, ci la ñu fente ay baat yu yees, ci la ñu tuxale it ay baat ca seen piriy cosaan, jox léen yeneen piri yudul seen yos. Baatub woy bi ñuy tekkee taalif tey ci la bokk.

9 – Wuuteg **wax** ak **woy** : xamléen ni **wax** ay takki baat yu ñu **wisar** [11] la, woy doon wax ju ñu **daaj**[12], ju neex ci nopp ak ci xol.

III) Woykat bi ak woyam

10–Woykat bu nekk, làmmiñ wa muy woye ku koy jekku lay doon, doon it boroom xelum fent bu dëkke bëre bu tar Ak kéew geek i xew-xewam, ca jamonoo ja muy fente. Ca jamonoo jooja muy fente fàww mu jëfandikoo, benn ci

---

[10] Ecrire, compiler, compilation

[11] Prose

[12] Rime, rythme

yaari yii: **yëgug settantal ak rààññee** gi nit baaxoo walla **tëritu raf-rasug-bopp sa bopp** gi mala wi mooñoo. Yaari balluwaay yooyu ñooy nàndal xelum fentu woykat bi ca jamonoo ja muy fent aka taalif aw woyam te ñooy jox jikko, ak melokaan, ak jëmm woy wiy rogolaate ci xelum fentu woykat bi.

11 – Ndax bëgg a woy mbaa mën a woy mooy textexaan sidditug fent ci nit ba tax mu jóg di taalif ay woy aka taxaw di wer-weri? Ndax woy ci boppam ag yuréeku la guy rëcce ci tërit i bànneex i bakkan u woykat bi ci lu mu dul mën a teet? Am dadi lu ab xolam di yëg ci mbégte mbaa ci naqar, mu nasal ko ci am xelam, bàyyi ko muy yol ndànk-ndànk ba mujj doon woy wu jëmmu wuy sar ci xol ak xel mbaa muy yem ci bakkan aki bànneexam, ci lu deesul laam-laamee?

12 - Yaar yooyu yépp yuy am la. Leeg-leeg mbir bett yëgug woykat bi, fëkkaale ab xolam jiital ko ci am xelam, sadd ko, mu daaldi soppeeku ci saa si. Ab jéll dikkal ko, mu tàggoog sagoom, di wer-weri aka yuréeku ni bëtub ndox bu toj di ball, ci lu mu dul teet. Leeg-leeg it yëgug settantal ak rààññee kobos xolub woykat bi ci xew-xewi dund gi mbaa ci yëngu yi ci kéew gi, mu taxaw di woy ci yi muy yëg ak ni mu koy yëge. Yaari xeeti woy yooyu duñu mëna doon benn ndax da ñoo woroo ciy balluwaay, woroo ciy jubluwaay, woroo ci séeni jeexantal ci nit ki ak ci kéew gi.

13 – Damay wax ni woy paakab ñaari wet la.
(1) - Kàttan guy dund, kàttan guy yee nit, suub ag yëgam ak ab xolam ci meloy jikko yu sell te barkeel, jikko yuy dund, yu koy xëcc jëmale ko ci muy xintewoo tabax dundin wu

taaru, dundin wu sell, dundin wuy goreel nit ki, di laabal kéew gi.

(2) - Mbaa tookeg njabar guy daw ci deretu nit ki di yeewat ag yëgam ba mu ni ŋodd, mu neenal cib xolam ak cim xelam bépp pas-pas buy baaxal nit te muy tax ba nit nite, roofat ko ay jikkoy njaay-àlle, alak ko mu mujj soppeeku këfug bànneexi bakkanam ak jaamub moroomam.

14- Bu nu xamee li danuy daaldi yëg ni woykat bi nekkul kon ku ni cundum wéet ak jubbub neen te ag péete menu koo ñàkk ci aw woyam. Ba tax woy woo fi mësa dégg ñu woy ko, xamal ni fàww mu am jeexantal ci nit ki koy déglu mbaa mu koy jàng. Moo xam ndax xam na ko mbaa déet. Ndax amul wenn woy wu ab woykat taalif ludul ni fekk yëg-yëg i woykat bi ak pas pasam di na cuub jikkoy woy wi, ak meloy biiru woy wi ak yuy bitéem.

IV) Cosaanu woy

15- Nit ci boppam xëyul xëy mel nii mu mel téy. Am xelam it xëyul xëy toll nii mu toll tey. Nit ki, ba mu sosu, la door bëre bu rëy te tar ak kéew geek xew-xew yu ñàng yi ci biiram. Ci bëreb dund ak mucc boobu la gise ni ay céram ak am xelam ñoo ngi màgg. Waaye it ay soxlam desuñu gannaaw te ni ñuy màgge raw ni ay mën-mën ak am-am di màgge. Loolu tax na ba nit weesu wittat, rëbb ak napp, yi njëkkoon a nekk liggéey yi mu daan sàkke la mu daan dunde, jublu ci mbey mi. La mu daan jële mbey da ko daan ko dëbb ngir mën ko lekk. Ci digante mbey ak dëbb la nit fente ay wax yuy daan dànk ab xolam, daan ko yokk cawarte ak njàmbaar, di ko dëfal ci coonoyeek jafe-jafe ya muy njankonteel. Ci noonu la nit deme ba su amee mbégte mbaa mu am naqar du def ludul fent ay wax yuy tolloog la muy yëg ci mbégte mbaa ci naqar ngir feeñal ko.

16- Ci bëre bi mu daan bëre ak kàttan i kéew gi, la nit ki daan dem bay daanu ci kanami xew-xew yu daan ëpp am xelam ak dégg-déggam ba mujj doon ay njombalaan yu daan sampal ay dammati kuur ya mu daan dëbbe ngir def léen ay takk yu mu daan fàttaliku aka bàyyi xel ba faf mujj di léen jaamu. Te **woy** moo doon la gënoon a rëy te ëppoon solo ca la mu daan jëfandikoo ko ngir feeñal ag worma gu mu daan wormaale njombalaanug xew-xew yooyu ak barab ya ñu xewewoon te mu sampal léen fa sampi takk ak fàttaliku yu muy màggal ak daan fa ñaan séen i soxla.

17 -Nii la woy tàmbalee. Nii la woy juddoo. Ci digante liggéey-dunde, lu ci mel ni mbey ak dëbb, soq ak wol, ak bëgg gu nit di bëgga feeñal yëgug xolam, la woy juddoo. Ag màggam akug yaatoom deful ludul topp màggug yënguy nit ki jëm ci mbey ak soq, wol ak dëbb ngir dund ak yaatuwaayam akug soppikoom.

V) Giiri daaj yi ci woyu wolof

18 - Mbooleem xeeti woy yépp, moo xam muy *baraan* (*ngaaràndu*), *kasak*, *taaxuraan*, *tagg*, *kañ*, *bàkk*, *ndawràbbin*, *bëkkta*, *ndaga*, *ngoya*, *laabaan*, *laawaan*, ak añs, mënees nanu léen a séddale ci yaari giir yu mag yu ma tudde **daaj-boyal**[13] ak **daaj-dott**[14]. Wépp woyu wolof woo

[13] Vers libre

[14] Vers soumis aux lois de la mesure et du

jël nga natt daaj ba ci xelum làmmiñu wolof, ab daaj-boyal la lay jox mbaa ab daaj-dott.

19 - Li wuutale woyu daaj-boyal ak woyu daaj-dott mooy : Woyu daaj-boyal bu ñu koy natt du jar ñuy jëfandikoo takkun yiy dott woyu daaj-dott. Waaye cafkak neexit wiy jollee ci **kàndaŋ u**[15] baat yi ñu ràbbe woy wi bu ñuy ërfóo ak ñàkka dottu ci wenn ci takkun yiy dott woyu daaj-dott, yii ñooy nattuwaay yi wuutale woyu daaj-boyal ak wuw daaj-dott. Bu nu dégloo bu baax sunu woyi cosaan yi danuy gis ni ay daaj-boyal la ñu. Li waral loolu moodi woyu daaj-boyal mooy cosaan ci daajinu woy ci xelum làmmiñu wolof.

20- Wépp xeetu woy wu **nasal** [16] ga **tënku ci wax yu baat ya limu te temboo te ay yax i daaneelam nàndoo**, jàpp léen ni **woyu daaj-dott** la. **Te li ëpp ci woyi daaj-dott yooyu, takkun yi ñuy dotte séeni daaj ñoo ngi léen àbbe ci yoy araab bi mbaa yoy tubaab bi**. Daaj-dott du cosaan ci xelum woyu wolof, lu ci dabe la. Ba tax woyu wolof, dëgg-dëggu daajam, ci xelum làmmiñu wolof, mooy daaj-boyal la. Tektal ci **ñaari xeeti daaj** yooyu. Nanu déglu bu baax woyu Sëydu Ba wii di **Siggi** ak sunu woy wii di **Tumurànke** :

---

[15] Percusion

[16] Strophe

Siggi

Siggi sàkku njàriñ baña réer
Siggi joow gaal gi ndax mu teer
Siggi ni jodd màndagam bañ
Siggi di xeex lii diñu xañ
Siggi yewwu jàkkaarlook dëgg
Siggi jàng xam linu bëgg
Siggi ni jodd baña sëgg
Siggi duma sikki-sàkka wëgg.

Tumurànke (1978)

Jant biy xàqtaay
Saag yóor di bax.
Digg njolloor
Kenn du ma ko nettali.
Ma gàddu saag këll,
Di wër këróo kër,
Ni xaj buy raasaatu yax
Ci sën bu ràgg.
Bunt bu ma fëgg :
Ween yu dëy,
Liir yuy xar,
Cin yu ni wótt,
Wàttu yu fott,
Wagaan yu fett,
Ni ma kirtim
Riñaan dankas ci suuf.
Ana luy lii ?
Kër yu yànj te du nu fat,
Wata yu rafet ci réew mu rafle,

Ndeke terewul waay di tumurànke,
Ci réewum teraanga!

21 – Bu nu dégloo te màndaxe bu baax yaari woy yii da nuy gis ni bokk ñu aw daaj te bokku nu it **takkun** (liens) yi ñu léen dotte. Ku ci teeyluwul da ngay jàpp ni **Tumurànke** ci giirug **daaj-dott** la bokk ni woyu Siggi te fekk ni **daaj-boyal** la. Loolu nak yaa ngi koy mëna rààñee ci kaw ngay déglu tay settantal bu baax **kàndaŋug ërfóoy baat-keno** (*mot-clé*) yi ñu tëgge woy wi, nga nattale léen ak **dipp-dupp i kuur** ya ak séen i **kàndaŋ** ca **gënn** ya ak **tuq** ya bu ñuy **bojj**, mbaa ñuy **soq**, mbaa ñuy **wol**, mbaa ñuy **dëbb**, mbaa ñuy **rukk**. Foofa lay feeñ séenug yemook séenug nàndoo.

22 – Ci tënkub daaneel damay wax ni :

1) Woy wu ne am na ab daajam;

2) Mbooleem woy i Wolof yépp ci ñaar i giir i daaj la ñuy séddalikoo: daaj-boyal ak daaj-dott;

3) Wépp woyu Wolof wu cosaan, ab daajam daaj-boyal la, ndax boo ko natte ci xelum làmmiñu wolof, da lay delloo ca kàndaŋ i kuur ya ak séeni dipp-dupp ca gënn ya, ca jamono ja baat yay ërfóo.

XAAJUB ÑAAREEL
CI BIND MU NJËKK MI

Sib naa la, yaw sama baay !!!

(Jukkib fanweer i woy ak ñatt)

Limub fanweer i woy ak ñatt yi ci mbind mii

1. Maam Yunus, suufus Tuubaa yalna sedd ci moom!
2. Nanu tànn, ngir joyyanti gaal gii di sunu!
3. Ngañ yombe, càmmañal Xujja yombe !
4. Tontu demul nduluñ.
5. Damaa wara xam
6. Sib naa la yaw sama baay
7. Sa duur wi rëyna !
8. Làmb ja sàjjaat na téy
9. Yatti xel yu xaroo
10. Yii yépp këri naxee mbaay!
11. Bind wu tooy ci fàggum koom!
12. Am dadi
13. Xelum làmmiñu xeet
14. Xam-xam
15. Samas ndoom, bul yàkkamti, bul gaawantu te deel foogu
16. Noppee ma jik ndax ma jak
17. Njiitéefug ŋoyaalu
18. Ca Axlu Suuraa ba ci Axlu Takfiir
19. Li ci reew
20. Teetóo léen
21. Lii moodi Daara

22. Sant Yàlla war nanu

23. Jëragéen jëf

24. Yóbbuléen ma, ma jàngi ba xam

25. Bàyyil yaw ndonga li terey Daara ji

Yoonu jàngale ak jàng ngir mokkaloo alxuraan, ci juróom ñaari woyi tolluwaay

26. Tolluwaayu 1 : Yoonu joxeb dars

27. Tolluwaayu 2 : Tànnal anam yi ngay jànge ngir mokkal

28. Tolluwaayu 3 : Yatti yooni njàngum dars ngir mokkal

29. Tolluwaayu 4 : Juróom-benn i cér yi ngay jëfandikoo ngir mëna mokkal

30. Tolluwaayu 5 : Ñatti melokaani mokkal yi

31. Tolluwaayu 6 : Ni ngay dence li nga mokkal

32. Tolluwaayu 7 : Xam ndonga li ngay jàngal di na yombal ag mokkalam

33. Benn : Deel taqiim sab liggéey ci ndonga li

1- Maam Yunus, suufus Tuubaa yalna sedd ci moom !

Saasu bànqaas fàqee njanaaw tolaan
Saasu déeg ŋiisee rab màngaan
Saasu xalima këmmee xelum fent yës
Ndikkaan xëyati na ma dikkal
Ag faatoom ñu xëy ma yëgal
Téeg gug jaw ji di bëpp ci saab xol
Suuf siy màbb ci saay ndëggu
Callweeru njàqare naan saraax ci saag dund
Saa cér yépp tóox, di goor
Saa jëmm jépp di beppeeku
Saa xel mépp salfaañoo.
May jéex aka raas "Aawo bi" mu fi taalifoon
Ci cëppug ngiirtey xalimaak xel
Céy àddina! Workat bi worati na.
Naqar du xar ba dayati nii
Xibaar bii tiiñ naw naqar
Tiis du diis ba rëyati nii
Yëgle gii wat naw tiis.
Ndikkaan xëyati na ma dikkal
Faatug Maam Yunus ñu xëy ma yëgal
Céy, xalima gu doon fett faf na fott!
Céy àddina! Workat bi worati na.
Soxna Kuraak Soxna Aram jaalenaa leen
Seex Àliwook Seex Àdaraame jaalenaa leen
Kippaangog bindkat yeek durusukat yi jaalenaa leen
Njaboot geek xame yi jaalenaa leen.
Maam Yunus, tàggenaa leen

Suufus Tuubaa ci moom yalnay noflaay !

2- Nanu tànn, ngir joyyanti gaal gii di sunu!

Luy xala doon ëllëgug gaal gii di sunu,
Bu nu demee ba ngëm gu sell gàddaay xol yi,
Ba ruu yi lëndëm këriis, jëm ci wow koŋŋ,
Bu nu demee ba mbaax gi ñu daan yëge tuxu,
Nu mujj di xoole bëtub woomle dund geek àddina si,
Bu nu demee ba jóor i alal ju lewadi mujj di mbaax gi ñuy natte?
Luy xala doon ëllëgug gaal gii di sunu,
Bu nu demee ba mbon daj kàpp fépp
Bu nu demee ba njaaloo ak ngóor-jigéen ni fàŋŋ te kenn du ŋaaŋ,
Bu nu demee ba nattukaay yi ñu jengal,
Bu nu demee ba asaka ñu lànka joxe,
Bu nu demee ba kóllare nit ak Boroomam,
Nu dog sànni ca sën ba
Bu nu demee ba njiit yi lànka àttewoo àtteb Boroom bi ?
Luy xala doon ëllëgug góor ak jigéen, mag ak ndaw,
Ci gaal gii di Sunugaal,
Bu nu demee ba bar i ngëm ak roy,
Ak bar i mbaax ak jomb,
Ak bar i dëggu ak jom,
Ak bar u cofeelug liggéey bu laab te rafet,
Ak bar u sàkkum xam-xam buy dund te di dundal,
Bar yii nu yeewe gaal gii di Sunugaal
Di dogat, benn - benn,
Ci digg géej gu sàmbaraax, di bëmb aka duusu

Ba bólig mbambulaan ni xareet, ŋa ŋàpp,
Xóot, lëndëm, galanu ci njëel gaal gii di Sunugaal ?
Luy xala doon ëllëgug gaal gii di Sunugaal,
Bu dee yii fiy xew a ngi fiy xew
Ba yii fii feeñ wëy di fi feeñ ?
Ëllëgug gaal gii di sunu
Mënul doon ludul ëllëg gu galguuse.
Ëllëgug gaal gii di sunu
Mënul doon ludul ëllëgug tasaaroo.
Ëllëgug gaal gii di sunu
Mënul doon ludul ëllëgug nërméelu
Bu dee yii fiy xew a ngi fiy xew
Ba jàngoro yu kenn xamulwoon xës fi feeñ
Jàngoroy SIIDIA, EBOLAA aki séeni bokk
Jàngoroy mer-fippu-bóom aki bokkam
Ak yeneen xeeti jàngoro yi fiy xala feeñ
Bu dee yii fiy xew a ngi fiy xew
Ba xës fi feeñ bekkoor ci kéew gi ak ci xol yi,
Ba xës fi feeñ jafe-jafe ci dund gi ak ci dund bi,
Ba xës fi feeñ ndënteg njiit yii nu fi faloon?
Bu dee yii fiy xew a ngi fiy xew
Ba xës fi feeñ maral gu tar ak wal mu tiis
Bu dee yii fiy xew a ngi fiy xew
Ba xës fi feeñ xamadi ak mbewteg njiit yii di sunuy
Njiit yii nu fi tànnaloon sunu bopp ngir ñu jiite nu ci sunuy bir
Njiit yii fi wëlbatiku def njiitɛɛf gi sɛɛnug moomeel,
Njiit yii fi nuy bugël, aka ŋoor alal ji di sunu di warax?
Bu dee yii fiy xew a ngi fiy xew

Ba xës fi feeñ xëccook féewóok xulóo ci ñoñ gaal gii di sunu,
Ba tilim taxaw temm ci suuxal jàmm ak dal ci gaal gii di sunu?
Téy, bi gaal gii di sunu wengee jëm ci suux, yóbbaale nu
Jot na te war ci kenn ku nekk ci nun, ci gaal gi di sunu
Kenn ku nekk nafaraat te jëfe mbind mii dig rawu :
"Képp ci yénn ku gis ag mbon na ko dindi ak loxoom,
Bu ko tëlee na ko reeteet,
Bu ko mënul na ko naqarlu ci xolam.
Te xam ni looloo ngën a doyadi cig ngëm ".
Te ndaxam mbon gaa gi ci gaal gii di sunu
Mbon gi doonatul lees di laam-laamee.
Mbon gaa ngi fii, ci gaal gii di sunu,
Di lu bët tegu ci fépp, di lu loxo daj ci lépp!
Mbon gaa ngi nii, teew na ci fépp ak léppi dundug ku ne.
Mbon gaa ngi nii, di aji-mbëru te di ñàkke teggin !
Mbon gaa ngi nii, di aji-jalgati te di gerkat !
Mbon gaa ngi nii, di aji-sëkkatal te di yàqkat!
Mbon gaa ngi nii, aki xalaatkatam, aki liggéeykatam.
Mbon gaa ngi nii, aki farandoom yu koy sonnal saa sune
Ngir xelum nit mbooleséen tàmm ko ba làggi ci,
Ba def ko muy nattuwaayu mbaax bu yees bi
Ba àddina sépp jébblu ci, di ci doxe.
Téy jii, mbon gi jalax nanu ci pindub mbambulaan gi,
Wareefu tànn ga téy kenn képp ci nun, ci gaal gii di sunu :
Tànn dàttug "ñoo ko def !" ak "sama yoon du ci !" ni fa faax
Di seetaan mbon giy féf aka naan fuuf desit i mbaax yi téy !

Mbaa tànn taxaw temm ci takkndeer i ñoñ Badarak Xaybar
Ngir dakkal fitnay mbon gi ak i param ak séen i jëf yu bon
Tegaat gaal gii di sunu ca meneen pindu ngaarew mi.
Tànn naa te tànnlu wii yoon ci gaal gii di sunu
Ngir joyyanti ba tee suux gaal gii di sunu
Ak ñépp ñiy yewwoo ci gaal gii di sunu!

3- Ngañ yombe, càmmañal Xujja yombe !

Boyaboo ! Ndokk ! Maa tay !
Yàlla du ma yombalal may jafeel !
Ndax man, maa di Ngañ yombe,
Càmmañal Xujja yombe,
Bëgg lu baax te bañ tàng.
Sib naa képp ku dul ittéwoo yakkub Yàlla
Ci pencum yombal !
Sib naa képp kuy jafeel lii Yàlla yombal !
Tàyyi naa ñédd sama ñaqu jë wu ma lew domm
Ci kerug yombal gi fi Yàlla fàkk,
Ma ni faax, sóonu ci sëngalug xaar ak xaaraan
Ci ñaqi jaami Yàlla yiy nangoo ñaq,
Ci pencum wéeru ak séddaale ma ci,
Ci pencum langaamu ak yóbbaale ma ci
Ci pencu mu dul delloo yakkub njekk
Bab dëkkandóo korfatee caw ñaqam
Ngir dundal àqi dëkkandóo ci pencum wéeróok boqaale ma,
Ba tax ma taraxlaayoo njoorum ñàkka jomb,
Saña ñaag-warax yakkub Yàlla,
Ci yakkub jaami Yàlla yiy nangoo ñaq
Ndax du ma kuy nangoo muñ tibub jaami Yàlla,

Ci pencum wéeru ak yombal ñu dënale!
Ndax man, maa di Ngañ yombe
Càmmañal Xujja yombe,
Bëgg lu yomb te bañ tàng
Ci pencum wéeru ak séddaale ma ci !
Ci pencum langaamu ak yóbbaale ma ci !
Wax ngéen ni : " Teddaanga,
"Ca ginnaaw ñaqu jëf ju laab lees koy fekk!
"Te barkeb teddaanga
"Ma nga ca gannaaw jërëjëfi xol bu sedd te laab" !
Wax ngéen ni : " Ku denc, samp njël, ku jur, dundal, wodd, yar !
"Mbaa sag njaboot caw la ëllëg yari sikkaange»!
Wax ngéen ni : " Ku jàngalu àllarba war la
"Mbaa say donga yalwaan dunde»!
Wax ngéen ni :" Ku ñuy yombalal lu baax
"Bëggug yomb ak bañ tàng tax nga def kom siiw
"Da nga masa wéet yedd sa bopp,
"Mere say jëf yu sew yi lay siiwal
Te doo gis ku la ni : "masa" !
Boyaboo ! Ndokk ! Maa tay !
Ndax man, maa di Ngañ yombe
Càmmañal Xujja yombe,
Bëgg lu baax te bañ tàng !
Def penc mii muy sama cummikaay
Te du ma jomba datngu ngir dàkk ay xéewalam
Ngir baaxal samay bir ak samay biir,
Ci dooley ñaqi jaami Yàlla yiy ter-teri,
Di daanu aka jóg ci tar-tari dundug gi.
Denc naa benn, ñaar,

Jéngu jëm ci ñatt ngir matal ñent.
Guddi ak bëccëk, nawet ak noor,
Fu ñu tollu di tuñ-tuñi aka tës-tësi
Ci mbeex mi, ci dër yi ak ci xorom si
Ngir lu tooyal dundub njur mi,
Boole ceek di ma xont,
Aka dundal aka yafal samag jur.
Fu ñu tollu di dukki-dukki
Ci dund gii dëgër këŋŋ,
Ci dëkk bii wow koŋŋ.
May xas aka xorñoññal,
Di saaga bay xàcci di dóor,
Ñuy muñ aka daw ngir kër gi,
Ak barkeb njaboot gi,
Ak sagal Mareem mi sos !
Boyaboo ! Ndokk ! Maa tay !
Man, maa di Ngañ yombe
Càmmañal Xujja yombe,
Bëgg lu baax te bañ tàng,
Dëkk Mayombe, fa wéeru neexe.
Maadi jàmbaar!

4- Tontu demul nduluñ !

Sëriñ bi !
Worma laa la jox ba mu mat, bul ko xotti.
Sëriñ bi nee nga tooñ naa ndax li ma ni déet
Sëriñ bi nee nga ku rëy laa ndax li ma ni déet
Sëriñ bi nee nga suma noppee amal njariñ,
Ma jalax ko ca sën ba ni sër bu ràpp ba xar

Rikk waay Sëriñ bi, bul ma niróoleek sa bopp
Bay futti sa turkib njiitlaay
Bëgg cee sol saam xel, saab xol ak say jëf
Ci lu ma dul nangu cig tayeef.
Te bu sab turkib njiitlaay jekkee ci yaw it
Xamal ni taaruwul ci man ba ma koy xemmem.
Bul ma natte ci say jikko ak say jëf
Xat nañu ma ba dima xëj
Ëpp nañu ma ba dima réeral
Duma yaw te doo man.
Sëriñ bi,
Ana say taaw ak séeni rakk?
Dàq nga ñii, naawtal ñee, not ña ca des.
Sëriñ bi, ana say soxna ak séeni doom?
Xatal nga léen, xëy léen jalax ca sën ba.
Sëriñ bi, ana sag njaboot?
Xoncci nga léen beddi dàq
Ñuy toltolan aka tëraan ci séenu naqar.
Sëriñ bi,
Ana sa kër ga ?
Ak sa njaboot ga ?
Ak sa bokki démb ya?
Tas nga kër ga, tasaare njaboot ga, bokk ya nga dàq.
Sëriñ bi kañ ngay bàyyee def
Sab bakkan mudi sab sëriñ?
Sëriñ bi,
Duma yaw te doo man
Duma sa taalube, bul ma ko jàppe
Ba may natte ci say jikko ak sa bakkan.
Sëriñ bi,

Da nga di ku jàng ba xam jópp
Jiital sa bakkan di ci ubbée
Madi ku xam lu néew te wér
Di ko jëfe ci njaboot gii ma wër
Mudi yoon wii nga may tere
Xanaa du yaa ma jàngal ni :
Sàmm bi ma doon dees may laaj ci saag càmmam
Ma lay ci lu wér te wóor mbaa ma sooy ci lu wér.
Te njaboot gii di saa gos
Xam naa ci lu bir ni du yaw mbaa keneen
Ku cay tontu ëllëg ca laaj ya ca jëm.
Sëriñ bi nee nga geño gi yeewuma
Kon bu ma nee déet maa ngi tooñ !
Sëriñ bi nee nga meen mi nàndaluma
Kon bu ma nee déet maa ngi tooñ !
Sëriñ bi nee nga mbir mi mbirum néegu ndéy la
Te nee nga jàmbur laa ci néegu ndéy
Kon bu ma nee déet maa ngi tooñ !
Sëriñ bi xanaa da ngaa fàtte xaat, te fàtte xaju fi,
Ni geño geek meen mi la ñu boole jébbal ma, ca pas ga ?
Sëriñ bi xanaa da ngaa fàtte xaat, te fàtte xaju fi,
Amaana gi gàllu ci saaw loos ak lépp li ci aju?
Sëriñ bi xanaa da ngaa fàtte, te fàtte xaju fi,
La nga ma xamaloon ca ndénkaanal jëkkër ja ca jabar ja ?
Ak woppi baay baak faatu ga?
Ak waxi Yonen ba, ak bir ya ca xew gannaaw ba?
Sëriñ bi, déet a ma war
Ndax amaana gi ma toggoo ak lépp la ca aju ëllëg!
Sëriñ bi, déet a ma war
Ndax njaboot gi, ak càmm geek laaj ba!

Sëriñ bi, déet a ma war nde du noppi !
Sëriñ bi, bul fàtte, bul jaawale
Te bul jaayu nde kon nga woru ba tiiñu!
Ndax kat Sëriñ bi, tontu demul nduluñ!

5- Damaa wara xam

Damaa bëgga xam te damaa wara xam
Wax ma, ma xam, yaw mii di sama yaay!
Lii ma lay laaj te bëgg koo xam
Du lu ma lay ñaan, sama sañ-sañ la
Lii ma lay laaj te bëgg ko xam
Du lu ma lay yalwaan, sama sañ-sañ la
Lii ma lay laaj te bëgg ko xam
Du lu ma lay dagaan, sama sañ-sañ la
Ndax damaa wara xam
Wax ma kon yaw sama yaay
Ana kudi sama baay !
Nàngami ati nax
Nàngami ati fen
Nàngami ati wor
Nàngami ati lëndëm
Ci benn bes bu ma dóotul fàtte
Ci wenn waxtu wu ma dóotul fàtte
Ci benn taxawaay bu ma dóotul fàtte
Jenn wax ci saw làmmiñ
Raw saatus belelaan suñu tooke
Ci saam xel, ci saay xalaat, ci saab xol, ci saag dund,
Feñal na say nax, teesal say fen, muri say lëndëm
Uññi sama sutura, tas sama yaakaar, far samag dund !

Wax ma yaw sama yaay
Ana kudi sama baay !
Ndax damaa wara xam !
Sa tekkaaralug nàngami ati nax
Yu këyitug juddu dóotul naaxsaayal
Sa tekkaaralug nàngami ati fen
Yu këyitug juddu dóotul far
Sa tekkaaralug nàngami ati lëndëm
Yu këyitug juddu dóotul leeral
Yaay, sa waxi tey firi na ci man samag ndee
Sa tekkaaralug nàngami ati
Ak jëfi yéjj ak tuutali samay bokki démb
Ya ma daanwul xam la ñu daan wund te mu daan may metti !
Xame naa ci sa waxi tey
Ni deketeyóo bokk ndey ak baay
Taxul bokk tolluwaaub juddu ci kër gi,
Ndax dégdégi démb, nettaliy tey !
Xame naa ci sa waxi tey
Ni deketeyóo bokk ndey ak baay
Taxul bokk wàccuwaay ci penc mi
Ndax seedey démb, gëti tey !
Damaa bëgga xam te damaa wara xam
Te budul yaw, yaay
Du keneen ku may mëna xamal
Ana kudi sama baay!
Xëtt nga baax
Moy sa Boroom
Tooñ sa bopp

Xaslu sa doom
Yaay! Ana kudi sama baay.

6- Sib naa la, yaw sama baay

Baay, joxoñ na ñu ma, baatal ma
Ñu ni maadi gàkku askan wi
Te fekk yëgu ma, tinu ma,
Te fekk yóbbéwu ma sama bopp li ma doon,
Bay doon gàkku askan wu tëe fóotu tey.
Ndax tayu ma ki ma doon.
Ndax taamuwuma ni ma juddoo.
Ndax tànnu sama santu baay
Mu di sama santu ndey, nu bokk ko.
Dadi sama baay a di baayu sama ndey,
Dadi sama ndey a di taawu sama baay,
Dadi sama ndey a di sama mag,
Dadi sama mag a di sama ndey ji ma sukk jur,
Dadi geño gi meññ sama ndey
Moodi geño gi ma meññ
Sama baay, di baayu sama ndey.
Baay, li ma doon, ak ki ma doon, du kenn, yaw la !
Te yaw la, suma dee gàkku askan wu tëe fóotu !
Mbaa du xemmem alal ju ni gàññ a tax,
Mbaa du xemmem pal gu sax a tax
Mbaa du xemmem ndombay tànk yu rëy a tax,
Mbaa du yooyoo tax nga yoole sam xel ca tuur ya ak tëni ja
Mbaa du yooyoo tax nga yoole sam njur ca tuur ya ak tëni ja
Ba tax nga rey sa sidditu njuréel,
Ba tax nga yootaan sa meññetu deret mi ma doon,

Sàcc sama sérub njiitlaay
Siif samag ndawam
Yuri ci sa biiru doomu deret ji ma doon
Sa jiwwuw ndigg wa nga yuriwoon démb
Ca sama biiru ndey ji di sama doomu baay,
Ba tax ma doon tey gàkku askan wu tëe fóotu?
Baay, duut naa la baaraamub tuuma,
Ndax gàkkal nga askan wi!
Ndax lëjal nga càllàk ndono gi!
Ndax gàcceel nga njaboot gi!
Baay! Yaa di baayu sama ndey
Sama ndey di taawu sama baay,
Sama ndey di sama doomu baay,
Sama ndey di sama mag,
Sama baay di sama maam.
Baay! Ana lu ko fi jar?
Baay, tëdde nga ndey ja, baaneek doom ja ci benn lal
Te sa yaram raful,
Te sa xol tooyul,
Te seexluwoo.
Baay, suma dee gàkku askan wu tëe fóotu,
Du kenn, yaw mii la baay!
Sib naa la, yaw sama baay! »

7- Sa duur wi rëyna ! *(10-03-15)*

Ngaari njar meew
Njar nga dëgg
Liddil nga fen
Sippi ngam soow

Kooj ko mu kàcc.
Siise Ngaari,
Saw tur màggna,
Saw sant siiwna,
Sag tooñ rëyna,
Say kàcci yaatuna.
Tooñ nga sa bopp,
Tooñ nga sa ñéppi ñoñ.
Duural nga ku set ci li mu moom
Tuumaal ko ci moomeel gi ko lew
Te rusóo Ki ni ja jàkk ci yaw
Ak sa jéppi wax ak i jëf,
Ak sa yéene ya léen lal
Te it bawoo xel ci yaar i ànd yi la dar
Te du lenn luy raw séen xalima ya
Ci sa jéppi nar
Ak sa jéppi jëf,
Ak sa yéene ja léen lal.
Sa tuuma ji rëyna
Sa fen wi siiwna
Sa yàq gi màggna,
Ngaari njar meew.
Bu dee sa jooju ag njuumte la
Mbaa ñàkk a xam wax ak waxin a tax,
Mbaa sax mudig tayeef a tax,
Ngir tilimam ak gàkkal ku set ci woowu duur
Na njéggalug Yàlla ak yërmaandeem
Ci nun ñaar ñépp, mu dotti ci,
Ndeem réccook tuub gu wér topp na ca, di lu ko jar.
Ki bëgga sàmm aw làmmiñam aki waxam

Na waaroo te jànge ci li nga yàbbi ak li mu jur
Te bu mu di boyal ay xalaatam ak aw làmmiñam
Ñu raw saatus mbelelaan ci yoxoy dofub mbóoyo
Bu xel ma mbuuraan, làmmiñ wa mbooyaan.
Ngaari njar meew,
Sa wax ji ëppna
Sa sos wi tondna
Sa tuuma ji reyna!

8- Làmb ja sàjjaat na

Làmb ja sàjjaat na téy
Mbon sampuwaat simpi mbaax
Bëréb cosaan ba fi woon taxawaat na téy
Mbër ma woroon maam
Roofaat ay jàjjam ci pëndi ngembam
Taari ndami njunux lal ay tufam
Xel koru ni fatuus jébbal bakkan tumam
Dooley xët-xët falu deret tuuru
Ndaw diwóo ñaqi dooley mbër ma bëréwoon ak maam
Dukkat, niir boppam, naw mbindam,
Xas, takk gembul woru,
Taxaw dëkk mbër mi pexem xel ak xarfafuufa dul daan.
Yatti suqi mbër mi taxaw dékk ndaw i yoxo :
Dooley bànneexi bakkan juy yaggaayu,
Suqub mbër ma woroon maam,
Roof galgal ndaw ñi
Feemi nqetug jongamay sën yuy salañ-salañi
Suqub mbër ma woroon maam,
Caxabal ndaw ñi

Wori taarub përëgi jamono yuy battarñiku
Suqub mbër ma woroon maam,
Ndengeñ ndaw ñi.
Woroom xam-xam yi ŋakk socc i ngëlëmaan
Di àtte baaxal aka layal làmb jii fi sàjjaat.
Selbe-maa-ko-gis ñimee taxaw te naan :
"Jéll baa ngi, ndam laa ngi
Maa ko fi gis, ci ludiy neen" !
Yatti suqi mbër mi woroon maam
Galgal ndaw, róofu ko, ndengeñ ko, nooju am xelam
Koloj yëgug jombam
Ëtti jàngu yi soppeeku ay géewi mbapat
Sidditi yëgug xeet wi tooxoor,
Yaakaaru ëllëg xàwweeku ni duŋŋ,
Góor ak jigéen ñépp faf gembu,
Ku nekk bëgga doon suqub mbërum jamono,
Ci cummikaayul mbër ma bëréwoon ak maam,
Nax léen, nërméel ca ron garabug tere ga.

9- Yatti xel yu xaroo

Jenn jëmm, yaari bopp, yatti xel yu xaroo,
Ay xalaat yu dëngoo, ay xol yu féewoo
Ci biir xulóo, ŋaayoo ak tongoo
Nan la déggóok bennoo di ame ci kër Mareem?
Bakkan mbëru fëgg dënn te naan :
"Maa ko fi wax, maa ko fi dox
"Bu dul woon ak man du fi ame
"Ba tax ku ne di wax ak xëccóo
"Pal gii du kenn, maa ci gëna yay !

Ci biir xëccóo, xeebante ak par-parloo
Nan la dox ak suqaliku di ame ci kër Mareem?
Ay xalaat yu nose, ay xol yuy gise
Ci jenn jëmm di benn bopp !
Jëmm ji yaw la ! Jëmm man la !
Bopp bi nun la ! Xel mi menn la !
Bàkk wi nuy jariñ, wii la!
Lànka muutoo doon benn bopp
Tax pexey bakkan buy fëtal
Xar jëmm ji benn, ñaar ba ñatt
Ku nekk di darti-darti ak am xelam,
Te naan : "Bu dul man du keneen" !
Te du ci kenn bu dul pencum kër Mareem
Ndax xëccóo bu teeŋee tëe dakk ci dagg la jëm
Te bu jullóotu amee ndoŋ yéppay xar
Te bu boobaa du kenn ku ci kër Mareem fiy mu

10- Yii yépp këri naxee mbaay!
("ASC" Diisoo, Géejaway - 1983)

Feebari ndaw ñi tey
Du "piyoŋ" moo koy faj
Noflaayu jànq ji tey
Du yàmbaa moo koy jur
Ñàkk njël li ci kër gi tey
Du "lotari" moo koy faj
Daani : yii yépp këri naxee mbaay.
Bés bu ne "kolodeeraa" yi tëgg
Waxambaane yeek njegemaar yi di ko waajal
Guddi jot kenn du tëdd

Galenu sànku di jiin ci diggi joor
Ñuy jayti-jayti ba fajar gi xar
Réer gëmloo léen ni
Am na ñu ci bànneex
Te bànneex bu sellul du bànneex
Bànneex bu sellul njub du ca féex !
Daani : yii yépp këri naxee mbaay.
Romb ci boppub koñ
Mag ñu waroon a jubbanti aka xàjj
Ñu ni faax di "maryaas" aka "balóot"
Di yoote aka "damyée"
Ba tax laatug jubbanti ak xàjj
Laatu ci séeni yoxo, ci lu ñu amulug yëg-yëg
Ñu ni yàcc ni yasar ndax dërëm bi ci "kart" gi !
Romb ndaw yu tollu ci njëel buntu tabaxal ëllëg
Ñuy dankalikoo ci puqusi po yi
Di tux "misik" aka naan powi "wideyoo"
Ba tookey ayib sàcc, sanc ba sàx ci xel yi
Ba tax njiwum yaakaar damm ci séeni yoxo
Ñu yàcc yàccaaral ci lu ñu tayul !
Yii yépp këri naxee mbaay la ñu!
Daa ni tiis du diis ba raw wii tiis
Tiisu tey jéggi naw tiis
Ndax lëndëm gi fi jéngé dafa diis
Te yii yépp këri naxee mbaay!

11- Bind wu tooy ci fàggum koom!

Njàngum ijj ak boole mu ja jàkk ak rààñee dul ruppal,
Ci fëtt la jëm
Xam-xamu fàggu koom bu bind bu tooy ak nafar dul saxal,
Ci suux la jëm.
Làmmiñ wi gën te gaaw, ci sekkil sam koom, tabax sag yokku,
Du moy sa wos, bu ñu la nax.
Jàngal ma saw làmmiñ ba jekku ko te fonk ko,
Def ko muy sa njumtuwaayu xayma ca ja ba
Bul xeeb saw làmmiñ bay tuutil sam xel
Nax ku seexlu ween wi la toqantal,
Weneen ween woo nàmp mu ŋalaab la.
Jëggaani aw làmmiñ wuy detteel sag xay, neenal sag mën-mën
Soo ca yenkee rënd mooy safale sab dund,
Deñtóo kon ci dundug wereyaan
Ndax woru nga ci giig dund.
Làmmiñu doxandéem ku cay séenu sag yokkute sekkee ca
Doo mësa jóge ci ñalli ñàkk bay dog xàlli woomal.
Jàngal ma kon làmmiñi réew mi te farlu ci
Ñoo fiy cosaan ci yi nit di wax.
Bul ma xeebal mbaa nga may doyadil
Wenn ci làmmiñ yi ci penc mi
Ndax ci séenug jubóo lees fiy tabaxe jikkoy téere bi.

12- Am dadi?

Am dadi xol yee faatu ?
Am dadi xel yee fattu ?
Am dadi yëg gee fàddu ?
Am dadi mbaax gee fi jeex ?
Am dadi dund gee di jeex ?
Am dadi jom a fi jeex ?
Am dadi jomb a fi jeex ?
Am dadi mbon gee fi seex ?
Am dadi njaay-àllee fi féex ?
Am dadi ñi wara wax ñoo fi neetul tey
Ba tax lees fi daawul saña def di fi defu tey ?
Am dadi làmmiñ ya daan xàjjee fi neetul tey
Ba tax lees fi daawul ñimee wax di fi waxu tey ?
Am dadi ag nitee fi neetul tey
Ba tax maam màmm di tameg ndëmm tey ?
Am dadi jubb yee xuufu tey
Ba tax kenn xàmmeetul kenn tey ?
Am dadi kunee gas ngoram suul tey
Ba tax réew mépp jàllaañoo, di waaja tas tey?
Am dadi?... Xalaas !!!

13 - Xelum làmmiñu xeet

Wax naa ni
Aw xeet du tuutee ciw làmmiñam
Xelum làmmiñu xeet du xeeboo ciw làkkam
Xeet wu ne xeet la ci xeet yi

Làmmiñu xeet wu ne diw làmmiñ ci làmmiñ yi.
Bul tuutal, bul xebat
Bul màggal, bul naw
Bul nangul ku koy waxe
Màggaayu làmmiñu xeet
Ci na nu koy jumtuwoo lees koy natte
Ngënéelu xelum làmmiñ
Ci njariñ ya muy dawal lees koy xame,
Ndeem ay ñoñam wàcco na ñu
Ak seeni wareef ci làmmiñ wi
Gaj, ruuj, ji, bey, beyaat, balarñi, budét
Yii ñoo fiy wareefi tey ci làmmiñ wi
Ndeem namees na ci ngóob mu nagu.
Xamlu loolu day lu war
Xam léen ko ci muy lu wér
Wax naa ni
Nit ku ñu xañ xelum weenu juddoom
Xañ na ñu ko xelum démbam
Umpleloo ko baax yi mu namp.
Nit ku nu xañ xelum làmmiñu cosaanam
Faral na ñu ko tombi gindikuwaayam
Ci dundug tey gii ni këriis
Xañ na ñu ko démbam
Léppi teyam ju jëm fàww
Maase di ngëlëmte gu sax ba fàww
Xamlu loolu day lu war
Xam léen ko ci lu wér
Wax naa ni
Xeet wu nu këppatal xelum làmmiñam
Reeni xelum démbam këtt

Dàttug mbatiitam wéet
Ag xeeboom ca penci xeet ya di luy wëy
Xamlu loolu day lu war
Xam léen ko ci lu wér
Wax naa ni
Mbóotu xelum làmmiñ moodi ëmbub xeet
Xeet wu ak yosam ca ëmb ya
Baat yu fiitu yeedi takkun ya
Ya xeet wu ne di take ëmbub làmmiñam
Ëmbub xeet wu ne saasoo ko imbee
Dàttug mbatiitam ak reeni xelum démbam
Wax ak yaw ca xelum làmmiñu xeet wa.
Xamlu loolu day lu war
Xam leen ko ci lu wér
Aw xeet du tuutee ciw làmmiñam
Xelum làmmiñu xeet du xeeboo ciw làkkam
Xeet wu ne xeet la ci xeet yi
Làmmiñu xeet wu ne diw làmmiñ ci làmmiñ yi.
Bul tuutal, bul xebat, bul ko nangul ku koy kale.
Lii laa fi wax ci xelum làmmiñ.

14- Xam – xam

Nee nga ni
Xam nga ni
Xam nañu ne xamóo
Ca séeni xam-xam
Ba cay wax aka xam-xamlu
Man mani
Bu ñu xamoon

Li ma xam ci nga xam
Xalabtekon nañu la ñu xam
Fëxsi dagaan ci li nga xam
Ba xëy fi doon ñu ñépp xam
Ndax li ñuy ñame ci li nga xam
Nee nga ni
Xam nga ni
Xamu ñu ni mënóo
Ci séeni mën-mën
Ba cay jéem aka mënatu
Man mani
Bu ñu xamoon
Li ma xam ci nga mën
Xeebtekon nañu la ñu mën
Fëxsi rootaan ci li nga mën
Ba xëy fi doon ñu ñépp xam
Ndax li ñuy duye ci li nga mën
Nee nga ni
Xam nga ni
Xam nañu ni
Amoo ca la ñu am
Lu tax nga cay xejj ba cay dogal
Man mani
Bu ñu xamoon
Li ma xam ci nga am
Wonkon na ñu ginnaaw, ci lu am,
Lépp la ñu xam ak lépp la ñu mën ak lépp la ñu am
Ngir li nga xam, ak li nga mën, ak li nga am
Te damay waxit ni
Sonn na te sonal ñépp ñi xam

Ki xamul te xamul ni xamul
Tay xam-xamle ci lu mu xamul
Te di wax, aka jëf ci lu mu xamul
Te ñépp ñi xam, xam na ñu ni xamul
Te xamluwul bay xamle
Ci leerug xam-xamu téeg ak suuf
Xam-xam bi njëkk te sax
Xam-xam bi wér te di wéral
Xam-xam biy jariñ ñi xamul li jara xam
Te bëgga xam li jara xam te di jariñ
Xam-xam biy jariñ ñi mënul li jara mën
Te bëgga mën li jara mën te di jariñ
Xam-xam biy jariñ ñi amul li jara am
Te bëgga am li jara am te di jariñ
Xam-xam biy jariñ ñiy wut li jara wut te di jariñ
Ngir bëgga mucc ci tufi boroom rëbb ma
Kii a jara muslu ba mucc ciy pexeem aki woram.

15- Samas ndoom bul yàkkamti, bul gaawantu te deel foogu

Samas ndoom
Li nga jàpp ni rafet na ba tax gisatoo lenn ludul loolu
Ki nga jàpp ni baax na ba tax jàppatoo kenn kudul moom
Ban bët nga xoole bay rafetal aka baaxal
Man xel nga natte bay rafetal aka baaxal
Gan yëg nga bëgge bay rafetal aka baaxal
Samas ndoom
Bul jiital bakkan aki bëggam ci lib bët di xool
Leetee kon nga ñuulal lu weex, leeral lu lëndëm

Bul jiital bakkan aki bëggam ci lim xel di natt
Leetee kon nga diisal du yéesu dunq, woyofal kemug lu diis
Bul jiital bakkan aki bëggam ci lig yëg di bëgg
Leetee kon nga damoo waa ju ko jarul, xebet ka gaaña naw
Samas ndoom
Bul yàkkamtee rafetal mbir moo réerey biram
Te bul gaawantoo baaxal waa joo umpale biiram
Lu ko moy leetee kon nga log baaraam bu lay tiiñal
Ndànkul ci taarub xuy bu tiiñul xëyum jant
Te ndànku ci jikkoy ley ju tiiñul tàngooru yaram
Lu ko moy leetee kon sag yaraanga des ci wewu nag
Samas ndoom, ak lu njaq si di wañaxe fu ne
Deel ndànku te di foogu ci gii dundu xuyyantaan guy jax fu ne.

16- Noppee ma jik ndax ma jak

Damaa jekki cib jataay
As ndaw ni genn góor
"Fu ñu la fekk yaa ngi noppi"
Góor gi ni ko "noppee ma jik
Moo tax foo ma fekk may noppi."
Am ku ni ca wet ga "fii dara jagu fi."
Lii moo tax ma wa lii ci woy wii:
"Dañ ni fii dara du fi jak
"Tax noppee ma fi jik ndax jak
"Ndax loo fi xalaat ñu déeyóo ko te du jak
"Ndax loo fi bëgga wax ñu nettalil la te du jak
"Ndax loo fi wax ñu waxaatal la te du jak
"Say wax di gan fi yaw te du jak

"Nga noppi ñu fentalay wax te du jak
"Kenn yematu fi ciy waxam te du jak
"Ku ne di wax ci yuy jàmbur te du jak
"Dénd bii dañ ni dara du fi jak
"Tax noppee ma fi jik ndax ma jak
"Moo tax may wëy di noppi ba mucc ndax ma jak ñu
"Nga wax ñu waxal la te du jak
"Nga noppi ñu waxal la te du jak
"Kon waxal ludiw yiiw te noppi ndax nga jak
"Te sax noppi laa dénk ki bëgga mucc te jak."

17- Njiitéefug ŋoyaalu *(19-03-2015)*

Njiitéefug ŋoyaalu gu njiit ya dummóoyu bëgg-bëggu mbooloo ma
Njiitéefug ŋoyaalu gu njiit ya yërul te xamuñ ludul lu néew,
Njiitéefug ŋoyaalu gu déggin waak doxalinu njiit ya xat te tond,
Njiitéefug ŋoyaalu gu njiit ya tëe ràññee ca tuut sa ñu xam
Njariñ yaak lor ya ca am
Tay naw aka damoo tuut su xat te tond sañu xam
Bay rëya xamloo ca ñoñ diine ña xam,
Sax ci fëtal aka mafñaandu masalay diine yi
Njiitéefug ŋoyaalu mënul doon ludul loraange ci diine ji
Njiitéefug ŋoyaalu mënul jur ludul wuute ci mbooloo mi
Njiitéefug ŋoyaalu mënul yee ludul fitna ci ñi bëgga xam tay dëggal,
Njiitéefug ŋoyaalu mënul def ludul tàqale aka féewale ñi ànd war,
Ci laf wii fi kër mareem gii ma dalal.

❖

Njiitéefug ŋoyaalu ndax réer gu këx
Ilimaani mafñaandu ndax réer gu tëx
Jullig taral ndax réer gu fës
Màndargay ñalli wuute, parparloo ak tàqalikoo,
Màndargay yoonu xeebaate, bonal ak fuñ.
Céy, teewlu jooyna doxalin wu yees wi ñu fiy kar-karal
Tax jaamu ya yayoo nëbb, ñuy biral aka taral,
Tax jikkoy ngënéel ya jara màggal, ñuy woyofal ci jëflante yi,
Ci laf wii fi kër mareem gii ma dalal.

❖

Jiiteetuma kon yii ilimaani mafñaandu,
Julleetuma kon ci yii jàkkay taral,
Budulwoonak sàmmoonteek àttey saryaa
Ak dabu ñaar fukki yool ak juróom ñaar
Yi Buur Yàlla dëxëñ ci jullig mbooloo
Waaye kon ma saña taxaw weddi ci lu bir
Tay ñaan ci képp kuy ñaan jàmm
Mu àndak man weddi ci lu bir
Njiitéefug ŋoyaalu ak fuñ gi fiy lor,
Ak pas-pasi féttéeral ya feeñ ca penku tay bóom
Ak ñall wu yees wi ñuy kar-karal,
Ci laf wii fi kër mareem gii ma dalal
Tay boole saay julli ya ànd ca mbooloo ma,
Te muy xam-xam bu wér ci àttey saryaa
Ak jàmm jii may dabu ci kër mareem gii ma dalal.

18 – Ca Axlu Suuraa ba ci Axlu Takfiir
(07-04-15)

Ana fu nu jëm ak lii fi am?
Ana ludi lii fi am?
Jàmm goorna ndax lii fi am,
Dal sëngéemna ndax lii fi am,
Yaakaar toqina ndax lii fi am.
Bu nu xamoon lu jiitu lii di fi am
Deftil kon nanu liin fi def
Ba lii fi am di lii fi am.
Ngëlamteg pas-pas guy dëggal ag woru ;
Xamadig ndaw lu xëttug topp,
Ak xatug dégg-diine gi fi jur lii fi am
Tax nañu suul Axlu Suuraa, ña daan diisoo
Taxaw fi jal Axlu Takfiir
Xanaa du lii moodi: “Dawug daay tàbbi jëmb ?"
Axlu Suuraa xamoon nanu,
Ab liggéeyam ñéppa ci ja.
Dëkkuwaay yeek suturas njaboot gi
Teen yeek ndox mi fiy baawaan
Ab liggéeyam la fiy jëmmal.
Jàkka jeek njàngaleem
Daara jeeki ndongaam
Lekkol beeki naalam
Ab liggéeyam la fiy dundal.
Noseg nekkin gi jur dal gi fi woon
Njariñ yii ab liggéeyam la.
Dañ daan diisoo ñoom Axlu Suuraa

Ci léppi tund wi ak mbooloo mi
Lépp lu ñu dëppóo bopp ba doxal
Lépp di dox, xel yépp dal
Jàmm ni ñoyy, ñépp di yaakaar.
Axlu Suuraa, xamoon na nu
Ku fiy yewwoo xam na ko
Ndeem itteelula ludul dëggak defar.
Suul nañu Axlu Diisoo
Jal nañu Axlu Fitna
Fitna taxaw temm ciy dàllam,
Ñépp jàq, àndak jaaxle
Kenn xàmmeetul kenn
Ku nekk naan: "man maadi kan"? "Kan moodi kan"?
Lépp lañ rëkkoon ciy jikko yu bon ñuy sulli
Yar bi, wegeel gi, teggin yi, kersa gi,
Lépp ñu gas suul.
Ñii sol fi dàlli maa-tay di ko doxe,
Ñee takk yiituy safaan di ci xoole.
Kudul ci ñoom ñu solal deru bukki
Di ko bonal aka tëkku.
Ngëlamteg pas-pas guy dëggal ag woru ;
Xamadig ndaw lu xëttug topp,
Ak xatug dégg diine gi fi jur lii fi am
Tax na ñu suul Axlu Suuraa
Taxaw fi jal Axlu Takfiir
Ana nun fu nu jëm,
Ana lu nu ëllëg dencal,
Ak ñoñ diisoo ñi ñu suul?
Ak ñoñ fitna ñi ñu fiy jal.
Ana ludi sunuy waxi ëllëg

Bu kenn waxul ngir mu dàkk
Lii fi am te waru fee am?

19- Li ci reew

As waay damaa laaj: ana loo xam ci reew?
Ma tontu ko : Li ma xam ci reew
Weesuwul li ci reew
Te muy ku reew da ngaa réer
Te ku réer da nga këpp sab reer
Te ku këpp sab reer fande
Mbaa nga yalwaani reer
Fu ñu la dul saraxeb reer
Ndax sa reew gi la weer
Te ku sag reew taxa fande
Di na la ŋàbbloo wàttu yu lay weer
Nga des di réccu sag réer
Te du la jariñ sa reew gi laay weer.

20- Teetóo léen

Li tilimal say njiitlaayi biir
Li tilimal sa wàccuwaay
Tax sa xel teetatóo
Tax sa nopp teetatóo
Tax sa bët teetatóo
Tax sa làmmiñ teetatóo
Tax sa loxo teetatóo
Tax sa tànk teetatóo
Yaa boyal sa bakkan

Mu wàlli làng gu dul sa gos
Xel ni kamuus, yëg xalangu
Yaa boyal sag ndékk
Mu sàcci ndéey ludul sa lol
Nopp déglu lu mu warul déglu
Yaa boyal sab xool
Mu ruuri tool budul sa bos
Bët gis lu mu warul gis
Yaa boyal sa wax
Mu imbi ëmb budul sa bos
Làmmiñ tudd lu mu warul tudd
Yaa boyal sag làmb daj
Mu raay lëf kudul sa kos
Loxo laal lu mu warul laal
Yaa boyal sa jéego
Mu fënd ci yoon wudul sa wos
Tànk joggi lu mu warul joggi
Yii ñoo tilimal say njiitlaayi biir
Yii ñoo tilimal sa wàccuwaay
Tax seexlootóo ci sag wut
Tax setalatóo say njëm biir
Tax sa gàcceg tey di saw wéttal.

21- Lii moodi Daara

(Jagleel naa woy wii Daara Axmed Saxiir LÔ – Buun, ak jépp Daaray Alxuraan ak fu ñu mën a sambu ci kaw suuf)

Ma xamle Daara, ak yoonu Daara, ak njàngam Daara ak dongay Daara
Ma woy fi Daara, ak pari Daara, ak kéem i Daara, ak Sëriñ Daara
Daara di dàgga, sàqam di ngënéel, mbojam ma xéewal, céy jaagi daara
Amu fi ndend, déggu fi ndend, foo fooge bay jalu, lenn du Daara
Déet ci ludul moom, tëx ci lu mu suur, safoofunu lenn, ludul ni Daara
Daara amul wuuj, dayoom deesul jeex, kawe na lépp, céy ndami Daara
Gisunu fenn, xamunu fenn, déggunu fenn, lu day ni Daara
Amul ca la wees, amul ci li teew, xéewal gu sax dàkk, laa xam ci Daara
Lekkol du maasam, fóoreem du daanu, kaaŋ ak i feemam, ndam yi ci Daara
Leeral na xel yi, goreel na xam-xam, kàngam yu aay yi, jàngenañ Daara
Mbindam ma daay jàng, jikkoom ya daay roy, ndénkaan ya daay jël, rawle nga Daara
Day naatal xol yi, day xamle liy yoon, day bijji ngënéel, wuysi léen Daara

Foo fekki dongaam, day rawi maasam, gënit ñu dul ñoom, céy dongay Daara
Ndongaam day gën, doon ndaw lu am jom, te am lu muy bañ, céy ndongal Daara
Nanu jàpp ci moom, tay xool ludul moom, Yàlla du baaxal, kuy yéesal Daara
Ku jàppul ci moom, dundam du woomle, day ràppe cig neen, mu tuut fa Daara
Daaraa nu defar, ba nu doon misaal, te doon ñu ràññee, noo sopp Daara
Da lay xamal Buur, du la jóori duur, biiram mooy li wóor, nanu fonk Daara
Ku bëgg Xur-aan, ak topp Sunna, ak jëf yu sell, na jàngi Daara
Daaraa di rawu, di ëttub Yàlla, moo baaxal ñi gën, nanu fonk Daara
Xamle na la dagan, daw la araam, gàcceel na saay-saay, ka dugg Daara
Xawma ci miim réew, ba ca bitim réew, barab bu gën bii, nañ xamle Daara
Defarna jikko, ba nit ki nite, te mës ko tuutal, céy Sëriñ Daara
Moo jóg di leeral, ba réer xëy fàddu, tax ñi xamul xam, céy Sëriñ Daara
Ku Daara kaaŋal, nga mëna jiite, képp ku laxas, aw yoonu Daara
Ku bëgg ngëram, te bëgg barke, na déggal Daara, dëggal ca Daara
Ñéppa nga cay daw, Daara di léen xaar, ku ñëw mu dalal, mbir mee di Daara

Daaraa kawey bir, Xur-aan lay saye, moo xamle Sunna, kéem gee di Daara
Ñéppa ngi ciy wax, njiyam di jebbi, meññeef yiy walaan, xéewal ngeey Daara
Weesu nag xéewal, donga yeey xéewal, raw na ñuw waame, am mbég la Daara
Leeral na suuf si, xàllal na yoon wi, ña jëm ca Yàlla, céy toggug Daara
Yaa yare Xur-aan, tàggate Sunna, yaa gàcceel biddaa, céy mattum Daara
Kéefar gi takku, ceddo gi taxaw, ku ne di fexe, ngir sooyal Daara
Yoon àtte di xeex, ak woote pencoo, donga yi ñoom far, ngir aar fi Daara
Yàllaay kaaraangeem, di wattu xur-aan, mu def nuy kiiraay, nuy tatay Daara
Daaraay kawdir gi, xur-aan di ñam wi, ku bëgg ñëwal, añsi fi Daara
Noon yi ni nañ suul, ndonga yi di ŋoy, yéefar tarsu na, rawnañ ñoñ Daara
Noon yi di ay dof, ndonga ni daay dox, xur-aan di jolli, ndamu na Daara
Ken du la jam naan, ken du la jommal, say jalloore rëy, kaare yaw Daara
Luuloo nga làbbe, wedemloo yawóot, nërméel xërëm yi, rawu nga Daara
Ñi la fiy fexeel, séen kiñaan rëy na, séeni fiir rax na, aaru nga Daara
Ndéey li senn na, jéll bi leer na, làng gi tas na, ndam yi ca Daara

Mëneefu laa suuj, mëneefu laa ruur, yaay tool bu ñagu, meññal nu Daara
Yaay mbey mu barkeel, meññ nga jariñ, yaa reggal xeet wi, lolli nga Daara
Daaraa nu teral, Yàllaa ko warlu, Yonen xamal nu, nu farloo Daara
Xur-aan a koy geg, njàng a koy wormaal, yar a koy dundal, ki far ak Daara
Am ngàññjam boyna, ab taalam yaa na, am njàngaleem wér, dëggal nga Daara
Daaraa taal Mawdo, Daaraa taal Bàmba, Daaraa taal Saxiir, saxle nga Daara
Sag tàkk-tàkk neexna, sag leer du luy xuuy, sam njaar laasul bët, faj nga nu Daara
Ki bañ toroxna, àtte bi doxul, Daara du lekkol, waarena Daara, sag ga fi Daara.
Ñiy dunde Daara, ci barkeb Daara, dun dundal Daara, joxal yaw Daara
Daara tekki na, ku bañ du tekki, nan taqoo Daara, ba tekkeek Daara
Sag togg rëyna, say dab set nañu, sa ndën li dajna, nook kayug Daara
Sa ndam yi wërna, say donga wérnañ, say noon wéet nañu, doo daanu Daara.

22- Sant Yàlla war nanu

(Woy wii ñeel na waa Daara Axmed Saxiir LÔ – Buun.)

Sant Yàlla war nanu
Sant Yàlla war na jaam
Jaam bu santul xarab na
Te ku xarab sakk jëf
Say yépp i jëf di neen
Sa dund gépp daaldi sooy.
Ñaar fukk i at ci yoon wi ba tey
Ñaar fukk i at ci tool bi ba tey
Ñaata ñoo ci sóobu woon?
Ñaata ñoo ci sax ba tey?
Yoon wi yombul woon
Tool bi tuutul woon
Pakk yi néewul woon
Goppu yéene la nu ko xàlle
Dox bi neexul woon
Kàttan néewoon lool
Jéegoy dogu la nu ko ñaaye
Fa nu jëm sori lool
Li nu bëgg jafe lool
Sunug dund la nu ko jënde
Ñaar fukk i at ci yoon wi ba tey
Ñaar fukk i at ci tool bi ba tey
Ñaar fukk i at ci tey
Lii lépp Yàlla la
Mbaaxu Yàlla moo fi feeñ
Kon sant Yàlla moonu war.

21- Jëragéen jëf!

(Woy wii ñeel ñépp ñi àndoon ak Daara Ahmed Saxiir LÔ – Buun, booba ba ieegi)

Jëragéen jëf! Jëragéen jëf! Jëragéen jëf!
Yéen ñi fekkewoon Buun, Yëmbal ak Sam-sam
Yéen ñi àndoon ca xëy mu njëkk ma
Yéen ñi teew woon ba tooba yay yaar
Yéen ñi xoncoon suul ci bàqub Daara ji
Yéen ñi muñoon muñug ñaar fukki at
Yéen ñi seetaanul woon tool biy booy
Yéen ñi muñ ba fekke tey
Jëragéen jëf ! Jëragéen jëf ! Jëragéen jëf !
Yéen ñi ni degg booba tey
Seen taxawaay dëggu na
Seen yéene sell na
Seen jëf rëy na
Seen jëw rafet na
Seen nji ma gàntalul
Seen ngóob mi barkeel na
Seen wàccuwaay kawe na
Seen kóolute ak seen kóllare
Dëggal nañu jéego yi, te soññ nañu Sëriñ bi
Teete nañu donga yi, te ñimeloo nañu waajur yi
Gunge nañu, te geg nañu Daara ji.
Ngir seen kóolute ak seen kóllare,
Jëragéen jëf ! Jëragéen jëf ! Jëragéen jëf
Gajj ngéen ca njëlbéen

Ruuj ngéen ca ba muy teel
Bey ngéen, beyaat ngéen
Balarñi ngéen, buddéet ngéen
Góob ngéen te kañuwuleen
Daan ngéen te bàkkuwuleen
Jëragéen jëf ! Jëragéen jëf ! Jëragéen jëf
Yéen ñii sax ci tool bi booba ba tey
Te muñ ba fekke bés bii tey
Réew mi ameel na leen njukkal
Ñoñ lislaam gërëm nañu leen
Daara ji ndokkeel na leen
Alxuraan layal na leen
Donga yi ñaanal nañu leen
Doom yi bége nañu leen
Sëriñ Baara sargal na leen
Mbégum Yàlla yalna ci yéen
Ak képp kuy bége ci yéen
Ak a roy seen jëf yu rëy
Yi leen fi jural yii ndam yu rëy
Yal na Yàlla feyal nu léen
Doom yii, Mu barkeel léen
Sunu gan yu tedd yii, Mu faral léen, te dàqal léen, te yokk léen
Sëriñ Baara mii, mu guddal aw fanam te sàmmal nu ko
Daara Ahmed Saxiir LÓ, mu ñoŋal ko te sàmmal nu ko
Kon jëragéen jëf ! Jëragéen jëf ! Jëragéen jëf !
Yal na Yàlla feyal nu léen !
Ak képp ku léen yéene yii ndam !

24 - Yóbbuléen ma, ma jàngi ba xam

Damay xalel, tollu ci wara jàng ba xam,
Damaa wara jàng ngir ëllëg ma xam
Ma xam mënal sama bopp, jariñ samay ñoñ
Bey samaw dooñ ci réew mi ak ci diine ji.
Baay bóoy! Yaay bóoy!
Bu léen sàggane samag tey ba may xañ samag ëllëg
Yóbbuléen ma ma jàngi ba xam yi fi mata xam
Damaa bëgga jàngi te damaa wara jàngi ba xam
Ndax damay xalel tollu ci wara jàng ba xam.
Man maa bëgga xam, kon suma dee jàng,
Damay déglu te àndak yar
Yaroo ma war tay déggal ki may jàngal
Ndax ma am xam-xam,
Boole ca barkeb njàng maak yar ba may fàggu.
Man maa bëgga xam, kon suma dee jàng,
Damay déglu te àndaki teggin
Ami teggin a ma war tay wormaal ki may jàngal
Ndax ma am xam-xam,
Boole ca barkeb njàng maak teggin ba may fàggu.
Man maa bëgga xam, kon suma dee jàng
Damay déglu ndax damaa bëgga xam
Damay déglu boole yar ak Teggin
Tay déggal aka wormaal ki may jàngal
Ndax damay xalel tollu ci wara jàng ba xam
Ci xam-xam bu wóor yi mata xam
Ci lislaam mii dul diiney foognaak defenaa
Ak dund gii di tool bi nuy beye tey dundub ëllëg.

Jàngama war ndax damaa bëgga xam
Ci xam-xami mag ñi làq ngërëm ya
Xam cee ma war ndax dama di ndawul jullit
Tollu ci sàkkoo xam te bëgga xam yi mag ñi xam
Ndax lislaam moom du diney foognaak defenaa
Ndax lislaam moom du diney raas ak portu
Ndax lislaam moom diney xam la ak jëfe
Te dund gii moom ab tool la
Ku ne war fee beye sa yóbbalu tukki.
Baay bóoy dama wara jàngi ndax ma xam
Yaay bóoy dama wara jàngi ndax ma xam
Baay bóoy fayal ma jàng
Ndax ma xam te ràññee ci diine ak ci dund gii
Yaay bóoy farlul ma jàng
Ndax ma xam te ràññee ci diine ak ci dund gii
Baay bóoy! Yaay bóoy!
Yéen la war ma yaru, damay xalel
Yéen la war ma jàng, damay xalel
Ndax ma xam sama diine ak àtteem ya
Ndax ma fer ciy nax ak wori xuyyantaan
Ci diine jii may dund ak ci dund gii ma koy dunde.
Ndax lislaam moom du diney foognaak defenaa
Ndax lislaam moom du diney raas ak portu
Ndax lislaam moom diney xam la ak jëfe.

25 - Bàyyil yaw ndonga li terey Daara ji

Bàyyil yaw ndonga li terey Daara ji ci Daara Ji
Loolu mooy sa njariñ, di saw lay tey ak ëllëg ci Daara ji
Xamal, yaw ndonga liy sàkku Alxuraan ci Daara ji,
Lépp li la Daara ji tere ci Daara ji,
Bàyyi ko mooy sa njariñ ndeem mokkal nga bëgg ci Daara ji.
Yaw mi lànka déggal Daara ji ciy tereem ci Daara ji,
Làqu di def terey Daara ji ci Daara ji,
Te foog ni kenn gisula ci Daara ji
Xamal, yaw ndonga li ci Daara ji,
Yaw mi làqu lànka bàyyi terey Daara ji ci Daara ji,
Yaw mi làqu lànka jëfe santaaney Daara ji ci Daara ji,
Xamal ni defoo ludul lor sa bopp ci sam njàng ci Daara ji
Ndax mokkal Alxuraan àndul ak def tere yi ci Daara ji,
Ndax mokkal Alxuraan àndul ak bàyyi ndigal yi ci Daara ji.
Bu teree Daara ji lépp lu moy mbaax ci biir Daara ji,
Ak jëféem ci biir Daara ji loraange la ci ndonga li ci Daara ji.
Liy sa njariñ, di saw lay ci Daara ji
Mooy won gannaaw lépp lu diy terey Daara ji ci Daara ji
Te làggi ci jëfe santaaney Daara ji ci Daara ji
Kon nga xam te wattu téereb Buur Yàlla ci Daara ji,
Àndak làq ngërëmi Sëriñ beek donga yi ci Daara ji.
Xamal, yaw ndonga li dogu ci Daara ji
Di sàkku njariñ tey ak ëllëg ci Daara ji,
Bokk na ci yi la Daara ji tere ci Daara ji
Yii ma la fiy limal tey ak séeni lor ci Daara ji

Bàyyil ma léen, moytul ma léen, dawal ma léen ci Daara ji
Lii mooy sa njariñ, di saw lay tey ak ëllëg ci Daara ji
Ndeem mokkal gu rafet, gu àndag barke mooy sa jëmu ci Daara ji.
Déglul ma kon yaw ndonga li dogu ci wattu téere bi ci Daara ji.
Ma taxaw yeeteeti ci terey Daara ji ak séeni lor ci Daara ji,
Tax nga jub tuub tere yii ma fiy lim ak séeni lor ci Daara ji.
Mbër mii di See Faa moodi boppu tere yi ci Daara ji
Junniy dërëm mbaab fiftin ci say yoxo njuuma la ci Daara ji
Xaalis bàjjo bul jige, bul denc bu ñu la meyee ci Daara ji.
Pusóok ràbbu, paakaak lañset ak yu ni mel ci Daara ji
Lépp luy jam mbaa muy bëtt aw yaram ci Daara ji
Lépp luy dagg mbaa muy xotti saw yaram ci Daara ji
Bul laaj baay bay laaj yaay, leegi ñoo jalgati ci Daara ji
Bul for nëbb te bul làq, joxal ma yii yarkat yi ci Daara ji
Saf - safal yeek sàppali yi nga xam ak séeni mbokk ci Daara ji
Bul suy te bul ñam saf- safal yeek sàppali ci Daara ji
Xamal ni yii neewwil na fiw yaram kon tooke la ci Daara ji
Doyloo ñam wu sell, barkeel te wér ci Daara ji
Ci la saw yaram ak sam xel di wére ci Daara ji
Ci la sam njàng ak sag mokkal di gaawe te wér ci Daara ji
Dub doktoor mbaab fajkat bu fiy weddi jii wax ci Daara ji.
Jokkoob lëndamtu ak déglu xew-xewi biti xajul ci njàng mi ci Daara ji
Telefon yeek rajo yeek yi ni mel du ñu say jariñ tey ci Daara ji
Foñ léen, teg sa një te samp saw xél ci yoonu wattu téere bi ci Daara ji

Ndax barkeb mokkal ñoddil la ludiy njariñ ëllëg ci Daara ji.
Almet ak biriket lu ciy sa yoon ci Daara ji
Taaloo, taalloowuñu la ngañjum jàngu ci Daara ji
Baal ma fi kon almet ak yu mel ci Daara ji
Seneleg a ngii, jant baa gi, mbëj giy wal, ci Daara ji
Fépp ngi ni ràyy guddeek bëccëg, féppa leer, ci Daara ji
Jàngal te mokkal say raxas, la ñu la laaj ci Daara ji
Bul taal te bul jafal, bul fekke sax fa ñu koy defe ci Daara ji
Digante ijj ak boole, déglu, topp ak tari jot amu fi ci Daara ji
Digante raxasub fajar, raxasub ngoon ak bind bu tooy fo xaju fi ci Daara ji
Ag jot mooy saw naaru góor ci Daara ji
Waral te rëppatal ndeem namm ngaa mokkal ci Daara ji
Sag jot mooy sa alal bul ko sànk cim po ak lu ni mel ci Daara ji
Du montarak lam ba ca tikk-jaray ja mooy sa takkaayu tey ci Daara ji
Du caqub peme ba ca loosu njege sa mooy sa takkaayu tey ci Daara ji
Sag farlu ak sag dogu, sab yar ak sag nangoo jàng ci Daara ji
Sag déggal ak sag vegeel ñeel Sëriñ Daara ci Daara ji
Sag góor-góorlu ak sag farlu ci sàmm alali Daara ji ci Daara ji
Xamal yaw ndonga li yii ñoodi say takkaayi tey ci Daara ji
Bul xebat te bul sànk yii takkaay ci Daara ji.

Yoonu jàngale ak jàng ngir mokkal alxuraan, ci juróom ñaari woyi tolluwaay

26- Tolluwaayu 1 : Yoonu joxeb dars

Yaw jàngalekatu Alxuraan bi
Deel saye araf yi ca na ñu léen di tudde
Deel sàmmonteeg taxaw yeek xëccaan yi
Maaska kaw, maaska suuf, maaska lonk mbaa dëpp néeg
Bul damm dara ci maaska yi
Leegee baat bi soppeeku doon safaan
Arkaami njàngin wi te moodi tëri tajwiid yi
Bul damm, bul lompañal
Sàmmoonteelag taarub njàngin wi
Yemaleel muduut yi ci xëccug baat yi
Bul ëppal, bul yéesal lii di taar bi
Jàngal ca kaw mu lay dégg
Deel leeral te di rafetal njàngin wi
Mu lay topp ci njàngin wi
Muy jàng ca kaw nga koy déglu
Xamal ay yàqam fa ñu nekk
Te xamal ko yàqam ya ca fa ñu nekk
Taxaw ci dindi ko ba dóotu ñu nekk
Lii aw yoon la ci joxe bind bu tooy.

27-Tolluwaayu 2 : Tànnal anam yi ngay jànge ngir mokkal

Yaw ndonga liy jàng Alxuraan
Xam te tànn waxtu wi gën ci sam njàng
Di na la yombalal sam njàng ba ci sag mokkal
Tànnal ma kon waxtu fajar ak digante timis ak gee
Te xam ni waxtu yii ngënéel la ñu cim njàng
Di na yombal sag mokkal ci bés bi
Tànnal te fàkk barab bi ngay njànge
Na doon bu dal te féex
Te bu mu lëndëm bay këndëmal sa ndoxum bët yi
Na saw toogin defaru, rafet te wér
Lu ko moy ëllëg nga loroo ci, ci lu wér
Barab bu mel ni bii barab
Ag jàppandal la ci sam njàng ak sag mokkal
Di na yombal sag mokkal ci bés bi
Tànnal móolu téere bi nga jàng mu di wenn
Bu ko wecce mbaa nga koy sàggane muy sànku
Ludul xët ya da ñoo mokk ba tee laa mokkal
Te bu booba wormaalal ngir mokkal ga
Di na yombal sag mokkal ci bés bi
Tànnal limub li ngay mokkal ci bés bi
Bul xér bay yokk bind ndax ni tuuti na
Bind bu tooy du tuutee cab limam
Tànnal li sam xel àttan ci bés bi
Boo koy yokk dee ci dem ndànk-ndànk
Di na yombal sag mokkal ci bés bi
Tànnal di jànge ni nga bëgga taree ba mokkal

Ndax bakkan la tàmm la xam
Njàng mu teey, njàng mu bar, njàng mu digg-dóomu
Yatti xeeti njàngin a ngoog ci sag tànneef
Tànnal kon yoonu njàngin wi la jubu te wëy ci
Di na yombal sag mokkal ci bés bi.

28- Tolluwaayu 3 : Yatti yooni njàngum dars ngir mokkal

Jàngum bind bu tooy ngir mokkal yoon la am te yatt la
Tànnal ma ci wenn te aw ci soo bëggee mokkal ci bés bi
Wenn a ngi nii ci yatt yi, jàngal ma ko
Séddaléel saw sas, ci li la war ci njàngum téere bi téy,
Ca bind ya, ca laaya ya mbaa ca baatam ya,
Jëlal benn bind mbaa benn laaya mbaa benn baat ci saw sasu téy,
Jàng ko te bul ko ñéeblu mbaa nga koy weteñaamu
Ndax ñéebloog weteñaamu ci li nga war jàng téy
Du ñu la jural ëllëg ludul mokkalug ñab-ñabal mbaa gug lijjanti.
Bu bind ba mbaa laaya ba mbaa baat ba mokkee rumbux,
Nee ko teg, ñoddi ñaareel ba ca séddalin wa
Jàng mu mokk, nga boole bu njëkk ba ak ñaareel ba
Def léen ñuy benn nga boole jàng mu mokk ci benn yoon
Bu yooyu mokkee nee léen fa ñukk
Xëcc ñatteelu bind ba ca sa séddale ba
Jàng ko mu mokk rumbux ni wolug sunguf.
Lii aw yoon la, di wi njëkk ci yatt yi, wëyal.
Boolee sa bindub téy def lépp mu di wenn dog
Nga di ko rukk, di ko rukk ak di ko baamtu

Baamtu gu tëe dakk, fukki yoon ba ñaar fukk ak juróom
Ba mu mokk rumbux ni wolug sunguf.
Ñaareelu yoon ci yatt yi wii, la wëyal.
Yatteelu yoon wi du yomb
Ludul ci ki xam maanaay laaya yi, xamal loolu.
Séddaleel ci yoon wii sa dooñu téy
Ci laaya yi bokk maanaa, jàng mu mokk war na ci.
Xam maanaa yi daawul yomb ci yaw ndonga li,
Tànnal kon yoon wu njëkk wi soo bëggee mokkal gu gaaw te rafet
Te sóobu ci ag fullaak cawarte soo bëggee mokkal gu gaaw te rafet.
Ag yoon woo ci mën di jël, deel nafar aka baamtu téere bi
Lu ko moy leegi dagi fëtt booyal saw dooñ.

29- Tolluwaayu 4 : Juróom-benn i cér yi ngay jëfandikoo ngir mëna mokkal

Sa xol beek sa xel mi
Sa bët beek sa làmmiñ wi
Sa nopp yeek sa baaraamub joxoñ bi
Juróom-benn ci say cér, say njëfandikuwaay la.
Bu léen sàggane te bu léen doyadil
Boo bëggee mokkal yomb la ci njàng mi.
Sa xol bi, sag njëfandikuwaay la,
Laabal ko ci lépp lu mën a dox sa digg ak mokkal Alxuraan ji
Joyal ko jëmale ci bëgg téere bi ak Boroom téere bi
Boo bëggee mokkal yomb la ci njàng mi.
Sa xel mi, sag njëfandikuwaay la,

Faxas ci lépp ludiy pëndi xeeti po aki caaxaan
Te bul ko boyal muy wëtti ci xew-xew yeek yëngu yi
ŋadaaw ko dott ci bëgg téere bi ak Boroom téere bi
Boo bëggee mokkal yomb la ci njàng mi.
Sa bët bi, sag njëfandikuwaay la,
Bu muy doxantu ludul ci li war te di sa njariñ
Sab sëriñ naan ko xujj baña xef duy teggin, bul koy def
Waaye deel ja ci téere bi ak sab dars
Ja guy ànd ak teewlu, settantal, ràññee ak takk
Boo bëggee mokkal yomb la ci njàng mi.
Sa làmmiñ wi, sag njëfandikuwaay la,
Bu ci waxi saaga mbaa nga ciy tuddi mbóosóor,
Te bul ci waxi fen mbaa nga ciy seede ludul dëgg,
Donte kaf ak waxtaan nga ci jublu
Boo bëggee mokkal yomb la ci njàng mi.
Sa nopp yi, sag njëfandikuwaay la,
Bul ci déglu ndëndak sabar ak séeni galen
Bul ci déglu nettali yi ak wax yu ñaaw
Te bul ci déglu woy yu ràbbooy jayaate ak taggaate aki caaxaan
Sa nopp yi dee ci déglu ludul Alxuraan ak àddiis
Ak wax yu lay xiir ci bëgg téere bi, di la ñaax ci mokkal ko,
Boo bëggee mokkal yomb la ci njàng mi.
Sa baaraamub joxoñ bi, sag njëfandikuwaay la,
Mooy laal araf yeek baat i téere bi
Alxuraan jii saw làmmiñ di tudd te say nopp di ko dégg
Sam xel di taataan, sab xol ci sab dënn di wattu
Kon bul ci joxoñ te bul ci laal ludul lu la lew
Boo bëggee mokkal yomb la ci njàng mi.

30- Tolluwaayu 5 : Ñatti melokaani mokkal yi

Ag mokkal ñatt la cay melokaanam
Mokkal gi wér, wóor te taaru
Day xereñ, nose boole ci ràbboo
Day fekk njàng ma yoonu ca sa ma,
Yàq ak damm ñàkk ca déglu ba ak ca waxal ga
Raxas yaak fëttali ya mat te set
Mokkal gu xereñ te ràbboo
Day rafet, ratax te noppale ca tari ma.
Ag mokkal mënaa xereñ te ñàkk a ràbboo
Bu dee njàngin wa ca mokkal ga daa dogat
Mokkal gu xereñ te ñàkk a ràbboo
Rafet gaak ratax nga du mat ndax du nose
Dogat ga ca njàngum mokkal ma
Lii moo ko xañ nose ga cab taar.
Yaw ndonga liy jàng ngir mokkal
Bul tànn bëgga gaawa tari
Ba wéer sa àlluwa mbaa nga laf sa téere daw fowi
Bay joyal sag taamu ci ñab-ñabal sag mokkal
Melokaan wii cig mokkal du ngënéel ci yaw
Jàngal say raxas ak say bind ñu mokk te rafet
Bul sàcc dars te sànk móolu téere bi ndax màndargay yàq ya
Say fëttali bul tàyyi bay sàggane, jàngal ñu mokk te rafet
Boo bëggee mokkal gu xereñ, nose boole ci ràbboo.

31- Tolluwaayu 6 : Ni ngay dence li nga mokkal

Déglul ma wax la fi yoon wi wér te dëggu
Soo bëgge denc li nga mokkal ba du laatu
Deel nafar te di tari li nga mokkal ay yooni yoon
Ca farata yaak naafila bul ko fàtte dee fa tari
Te la jiitu te sës rëkk ci sa bind bu tooyu téy
Bul sàggane te bul naal mu jëm ëllëg
Lu ko moy lee nga fëtt te waru la
Rungé yeek yi ni mel dencal ma yaw séeni takk
Xamal it séeni tolluwaay ak séeni dal
Te teggi séeni tuf ba du moy ñu la detteel ci xaaxaami mokkaladi.
Jéll yeek jaawale yeek dammug maaska yi,
Séen cosaan weesuwul gaawantook yàkkamtee tari
Mbaa njàngum ñatamal ak sëkkatal ma jiitu tari ma.
Booy jàng ngir denc li nga mokkal
Na sa baaraam ak say gët tege ci mbind mi
Saw làmmiñ di tund araf yeek baat yi ci séeni tur
Na sam xel taataan leer ga ak ferñeent ya cay balle
Sab xol na doon kàggug kóolute ga ngay denc sag mokkal.
Bul fàtte Buur Yàlla miy Boroom téere bi ci di ko ñaan
Moy Yàllaak terey Boroom téere bi
Séeni lëndëm tar na ñu bay modd leeri xolub tooñkat bi
Kon bul jige, bul foyye yaw ndonga li bëgga mokkal.
Lu moy lii boo ko jëfee sab denc ruuru
Nga xëy fëtt ba faf suulu.

Tolluwaayu 7 : Xam ndonga li ngay jàngal di na yombal ag mokkalam

32- Benn : Deel taqiim, te moodi natt, sab liggéey ci ndonga li

Deel taqiim, te moodi natt, sab liggéey ci ndonga li
Te bul tanqamlu mbaa ngay soofantal lenn i ndonga li
Ci biir taqiim ngay xame nit kii di ndonga li aki meloom
Taqimu bés ak ayu bés mooy doxal sab liggéey ci jàngu bi
Taqiimub weer ak weer day tax mbetteel du am ci sab jàngu
Ba lay bett di la weer ci sab liggéey ak ci ndonga li.
Lu tax lii doxul? Am ci man, am ci ndonga li?
Taqiim a lay jox tontu ya war ci yii laaj ak séeni yoon.
Li waral lii ci ndonga li, baa dadi ci man? Am dadi ci moom ?
Taqiim a lay jox tontu yi lay xamal ndonga li ak li ci moom
Ak yoon ya nga koy jar ba tax mu mokkal te ab yar du jóg
Teb yaram jóg te jub te mat, yokku cig mokkalam
Xam sab ndonga ci sa jàngu dadi lu war
Ngir ab yaram ak ag mokkalam yaw la war ci jàngu bi.
Fan laa bëgga eggale ndonga li?
Yoon wan laa jaarale ndonga li ba eggak moom foo fa?
Nan laa koy gungée ci yoon ba du tiit te du jàq,
Ànd ceeg cofeel ak cawarte te kenn du mer ?
Ana lu waral lii? Lu ciy sama wàll ak lul ndonga li ?
Xam yii ci séeni tontu te xamal ndonga li luy yombal sa liggéey la.
Deel laaj te di tuumaal sa bopp lu jiitu ndonga li ci jàngu bi.

Deel wàcce sa bopp, di waxtaan aka naxtaan ngir xam ndonga li.
Waajal sam xel te ubbi sab dënn, ci nimmat yi dul ñàkk.
Deel fuglu te di jonguru taqiimi bés yeek ayu bés yeek weer yi
Ndax bari na fuy raxas rëcce te fekk ca taqiim ya la rëccewoon.
Yii yenn la ci yiy càmbar sab liggéey ak jàngu bi ci ndonga li,
Di njumtuwaayi taqiimub jàngu bi ak liggéey bi ci ndonga li.

33- Ñaar : Xam sab ndonga di na yombal sab liggéey ci moom

Xamal njëkk ci ndonga li ni gune la, mën a doon ku ne ëllëg
Xamal njëkk ci ndonga li ni nit la ni nit ñi
Aki jikkoom, aki taaram aki doyadeem
Xamal, nit lu muy def di ci am ndam da cay sawar
Xamal, nit la mu tànnal di ko def, taamu na ku ko cay soññ
Xamal, njàngum ndonga li, tiitaange ak njàqare da koy damm
Di ko néewal ba faf ko xañ mokkal ga
Xamal, sag mbëggéel gu muy yëg ci moom, yaw sëriñ bi
Yékkatikug sagam la ci jàngu beek njàngam, moom ndonga li
Ubbéekul kon te lewet te nooy ci kanamu ndonga li.
Loolu firi na am xelam, sawarloo ko, muy tari bu rafet ay bindam
Xamal, sa ndonga xam fa nga ko jëme day tax mu sawar

Deel ko waxtaanal ndax muy xam bay sawar
Bu mokkalee gërëmal te neexal loolu day tax mu sawar
Bu tëe bul gëdd, bul xas, bul doyadil ci jàngu bi
Loolu da koy tayyeeloo, di koy teree mokkal aw bindam
Bul sànnib jukkéem bu tëe, Téer bi dee ko wormaal, waxi
Yàlla la.
Bul xér mbaa nga topp am xelam bay ëppal ca bindam.
Xamal, lu ëpp tuuru te fu am xel tuuroo, ag nite suulu fa.
Xamal, saar yépp yemu ñu ca yomb ga mbaa jafeñ ga.
Dee ko won te di ko leeral ay jafe-jafeem ciw saaram
Di na ko yombalal am njàngam te am tareem rafet.
Bul ko lor ciy wax mbaa ciy jëf ndeem mokkalul
Teeyal te lewet te sàkkoo xam li ko tee mokkal
Lewetalal sag xar kanamam ci moom,
Xemmemloo ko jàngu bi ba mu koy damoo
Lii bu amee doon sag ndam cig mokkalam.
Ag xamam ci sab xam-xam
Di na fanq cim xelam ya koy tee mokkal
Ba muy xëy di tari aka mokkal muy sa mbég ak bànneexam.
Bul natte ag mokkalam ci xelum ndonga li cig wetam
Amaana kon nga lore ci loo dul foog.

BINDUB ÑAAREEL BI

Cax naa la !

Càqi naa la !

Pow um Cax ak séeni Càqi

Ci 200 caq

Jubluwaayi powum "Cax naa la ! Càqi naa la !"

Ñatti jubluwaay la powum "Cax naa la ! Càqi naa la !" mii am:

1 – amal xeetu po wuy jariñ te di ubbi am xel,

2 – tàggat xel,

3 – soññee ci jàng mbindum làmmiñ wi.

Am xel da ñu koy yar, tàggat ko, sunu bëgge mu dund, doon it luy jariñ boroomam, nit ñi ak penc mi. Cax, bokk na ci juróom mbenni juwtuwaay yi wolof daan jumtuwoo ngir yar tàggat aka joyyanti am xelam. Juróom mbenni juwtuwaay yooyu ñooy : léeb, léebu, takk xew-xewi démb, wuré, woy ak cax.

Powum "Cax naa la ! Càqi naa la !" mii, kenn, ñaar ba ñatt ba ñent mën na ñu koo def. Tontu yépp cim mbind lay doon, na ko ñépp xam.

Xaaj bu njëkk bi ci powum càq ak càqi mi

Da nga may càqil cax yii, ci lu àndul ag genn jàppandal, bu dee aay nga.

1)	Legetug soow gu dëppu te soow ma tuuruwul?
2)	Làyyu buy bees te du araw?
3)	Luy lekk te du regg te saasu naanee dee?
4)	Juddu na ci saasi, bejjaaw ci saasi, dee ci saasi?
5)	Bariy xeej, demtil xare?
6)	Loo xam ni soo ko rendee jooy?
7)	Njool xodd, bari yuut?
8)	Luy dunde butitam?
9)	Gàtt, ñuul, yénu baayam?
10)	Am na rab woo xam ni bopp ba boppu fas la, gët ya di gëti looy, dënn ba di bub gaynde, biir di ba biirub jaan, tànk ya di yuy giléem, laaf ya di yuy tan. Te dëkk bu rab woowu jaar ba romb, jàmm jeex fa. Rab woowu moodi wan ?
11)	Dugg pes, génn pes?
12)	Ndombo ci digg yoon?
13)	Pettaaw ci digg yoon?
14)	Doomu guró ci dig lal ?
15)	Doomu kamaate ci digg géej?
16)	Biiru mbaam, loosu giléem?
17)	Biiru mbaam, bariy gĕt?
18)	Yónni ko mu bañ, nga dem mu topp la?
19)	Tubaab yaari?
20)	Tàgg ca kaw, nen ci suuf?

21)	Saa soo lale sab lal mu njëkk la ca toog?
22)	Mbaar mu amul jën?
23)	Mbaarum wenn jën?
24)	Mën a solu ba rafet te të génn ba ñu koy lalal ?
25)	Luy waaj te du wàlli ?
26)	Liit ci biir ngemb ?
27)	Siiñ ci kaw, siiñ ci suuf ?
28)	Gàtt bari daraa ?
29)	Buy dugg ci bunt bi day wengalu, buy genn wengalu?
30)	Togg du ko taxa ñor te boo ko lakkee mu seey?
31)	Balaa liggéey fàww ñu summil ko mbaxanaam?
32)	Ba laa dem ab yónnen fàww ñu tàpp taat ya ba mu tàng?
33)	Benn lay doxe tànk, di taxawe ci ñatti tànk?
34)	Soo ko yónnee fu ko jige ba ëpp du dem waaye bu ko dàndee mu dem ?
35)	Gàtt, bariy ndombo?
36)	Rab woo xam fajar ñenti tànk lay doxe, njolloor mu doxe ñaari tànk, tis mu doxe ñatti tànk?
37)	Du matte, du jame, tàngul bay lakke te saa foo ko joggee fàww nga soox ?
38)	Jaan ju ñuul ju dul lemu?
39)	Dëkk la bu siiw ci Senegaal te bitik boo dugg fekk ko fa ?
40)	Ki koy defar da koy jaay, ki koy jënd du ko jëfandikoo, ki koy jëfandikoo du ko gis ?
41)	Lu guddé nig ron te xaj cig ron lal ?
42)	Bu taxawee day gàtt te bu jonkanee njool?

43)	Loo ciy gëna tibb muy gëna, waaye booy dolli muy ràññeeku?
44)	Mool bu dul tooy?
45)	Benn jalu suuf, ñu sotti ca ñaari jali suuf, tonni benn jalu suuf, ñaata jal a fay des?
46)	Gàtt bari coow?
47)	Bu ëmbée jigéen ñi bég, te saasu xëyée imbi baay sonn?
48)	Luy juddoo ci ndox te buy raggu di dee?
49)	Bu ranqooñ yiy tuuru muy sukuraat, bu ranqooñ yay jeex mu dee?
50)	Njaq lu amul kubéer ?
51)	Saasu ko Buur wooloo, sëggal ko?
52)	Damay bëtt kaasu weer ba sar te du ma ko toj, te du ca bàyyi benn bën-bën. Maa di kan ?
53)	Bariy gët te du gis ?
54)	Lu sut giléem te xaj ci kaas ?
55)	Nit da koy lekk te su nit ki dee ñu def ko ko ?
56)	Bu may génn sama kër am njool laay doon, su may dox ci yoon wi damay jooy, su ma aggee fa jëm, tunguni lu maaseek suuf si laay mujj nekk. Maa di kan ?
57)	Loraange la ci sëfóor bi, di njariñul jigéen ñi?
58)	Paa laa tudd, bokk wenn sant ak wu boroom woyu "xarnu bi", maa di kan?
59)	Maa di saan wu xës sànni, wu dul moy benn bopp, ñépp laay xaañ. Maa di kan ?
60)	Loo xam buy dem di jëli day naaw, buy dellusi day

	diréeku?
61)	Meññenti garab yu dul feeñ ludul guddi?
62)	Saasu wata bi dawee jëm kanam tali bi ñoŋ, su dawee deltu gannaaw tali bi xar?
63)	Tur waa di Li, santam di Ngom, mos tàqamtikoo di jikkoom. Waa joo-joo di kan?
64)	Soowum kaw?
65)	Góor gàtt, ñime laxasaay?
66)	Ndaa ludul fees?
67)	Këll bu mag lawbe?
68)	Kuy togg làmmiñam di ko dunde?
69)	Ndaje mu bon la te ku xëy xalaat faa dem ?
70)	Der boo xam ni loo ci teg mu dem, dëkke tooy, te saasu wowee jàmm jeex ?
71)	Mbaam mu matul liibar, di sëf téeméeri kilo?
72)	Luy xuus cib taw te du tooy ?
73)	Juddu dim njool, dee maaseek kuusu bàmmeelam?
74)	Lan moo gën a niróog xaru guró?
75)	Da ngéen di ànd sóobu ci dex, nga tooy te moom du tooy ?
76)	Gaaw ba raw melax, day jóge Senegaal, dem Màkka, jóge fa dem Amerik, déllusiwaat fii ci digante xef ak xippi ?
77)	Loo xam ni day sax sikkim, bejjaaw doora saxi gëñ?
78)	Filiwliw, falaxlax, ëpp ñay, gëti giléem, te xaj ci paxum melentaan?
79)	Sama mbaar benn tànk la am te sumay dem mu ànd ak man di ma keral?
80)	Samab néeg per maak xadd da ñoo ànd nëtax ca

	kaw, xonq ca biir, ña cay fanaan ñuul. Boobu néeg ban la?
81)	Sooy nelaw muy dund, soo yewwoo mu dee?
82)	Lu suur bajantu. Ba mu des ?
83)	Regg taxaw, xiif lafañ ?
84)	Mëna digle sangaay te du sangu ?
85)	Samag laltu du fees mukk lépp lu ñëw xaj na ci. Mooy lan?
86)	Mën naa xonq ni xaal waaye ndox la def ?
87)	Ci samab tabax, néeg bu lu ëpp ñaar fukki palanteer a ca nekk ?
88)	Foo ko fekk ma ngay ràbb, waaye du solu mukk. Kooku mooy kan ?
89)	Luy daw te du àkk?
90)	Saasu ne maa ngi ci tukki. Du ànd ak kenn, du ma war, du ma dugg te kuy gaaw maa la raw. Maa di kan ?
91)	Ku fuqale la. Boo taajee aw ñam mu ñëw, moo xam woo nga ko walla déet. Bu dara desul ludul déjji ndab li mu won la ginnaaw. Baadoolo boobu moodi kan ?
92)	yàpp wu weñ dul toŋ mukk?
93)	Sama doom yépp genn geño laa léen yeewe?
94)	Mi ngi ci sa wet waaye mënoo koo jàpp ?
95)	Teen bu ñu mësula raw?
96)	Jabootug maam daa yaatu ba kenn menu la waññi doom ya ?
97)	Maam làqul ludul juróomi at waaye sikkim baa ngay buubu?

98)	Fukki ficc toŋ cig garab nga sànni jam ca ñaar. Ñaata ficc ñooy des ca garab ga?
99)	Xar jiitu, xar topp ca, xar ma léen topp jiital ñaari xar. Limub xar ya ñaata la?
100)	Loo gëna xëcc muy gëna gàtt?
101)	Looy gëna joñj, muy gëna gàtt?
102)	Njaq soo xam foo ko ubbe fekk ca ndox ?
103)	Ngóor soo xam ni mbubbam day soppeeku melo jamono ju ne?
104)	Ndee luy woote ?
105)	Néeg bu am aw nit ñu dul fay niyoo?
106)	Genn buum guy takke nit ñépp?
107)	Ngóor su bon te baax te foo ko fekk ma nga tooy?
108)	Samab gamb bu sennee di toj na?
109)	Bariy gàllaaj, demtil xare ?
110)	Nit benn bët ?
111)	Ku mëna bidanti du bànneexu ci man. Maa di kan?
112)	Xottu gerte wu dëppu ci buntu néeg ?
113)	Naar bu xonq, kaalawoo kaala gu weex ?
114)	Téeméeri gune cib néeg te ku génn sa bopp toj ?
115)	Ñenti doom yenu séen baay di daw ?
116)	Doom juy ruux baayam ?
117)	Sew na, sol na mbaxana te fu mu dañe ndeyam dee fa ?
118)	Njaatige luy seben ay surgaam ?
119)	Nag wu ñuul ci biir mboob mu ñuul ?
120)	Benn tànk bu am yatti gët?
121)	Aw móol bu amul simoŋ, amul suuf ?
122)	Pënó bu amu sàmbaraayeer?

123)	Ñaari leget yu dëppoo te du ñu masa laale?
124)	Bul làqu dóoru ma la ?
125)	Ñaari sant yoo xam ni soo léen boolee tudd cér bu nekk ci nit ?
126)	Yenti doomi ndey yi bokk wenn yaram?
127)	Ñaari xarit yuy ànd, kii daa ragal naaj, keneen ka ragal lëndëm lool ndax bu ca tàbbi moodig faatoom. Ñooñu ñooy ñan?
128)	Njool bariy cëwri?
129)	Tollul ni jaan te yore santam?
130)	Lu minise bi jëfandikoo ak lu sëriñ bi jëfandikoo te boo léen boolee tudd ab dëkk feeñ ?
131)	Da may sant wuy dagge, sama mbokk di binde, te nun ñaar, kër gu nu ànd dugg njàqare dugg fa. Nooy ñan?
132)	Li jigéen ju ne bëgg ak lu sàcc baaxoo soo léen boole sama turu bàjjan feeñ?
133)	Géej gu ame ludul fanweeri jën, téeméeri móol xëy di ca napp. Ba ngoon jotee, ba ñuy ñibbi, kenn ku nekk yóbbaale na fanweeri jën. Googu géej gan la ?
134)	Boo ma baajee, foqati sama mbaxana, maa ciipatu la, buusu la. Maadi kan ?
135)	Gën nga maa gudd, ma tiim la ?
136)	Yax gu muur yàpp ?
137)	Mag ak rakk yoo xam ni fu ñu tassee ciw yoon mag ji lekk rakk ji ?
138)	Da may lekk samay butit, di naan sama deret. Maadi kan?

139)	Ndëlle amul ker?
140)	Lu daj ab néeg te xaj ci poos?
141)	Doom ju aar baayam, ludul da koo gétti?
142)	Ñaari sant ci biir ndab?
143)	Sama ñaari kiloy wëttéen ak sa ñaari kiloy betteex, lu ci gëna diis ?
144)	Samaw sant ak melow safaanu yàñj, fu ñu ànde, nit defaru, pénc suqaliku ?
145)	Siiñ kaw, siiñ suuf, siiñ ci digante yi ?
146)	Luy lekki nenam te déesu ko lekk ?
147)	Takk naa samaw fas ci biir néeg, génn tëj buntu néeg ba, teewul geenub fas wa jiitu na ma ca biti ?
148)	Dëkk boo xam ni koo gis ma nga boot doomam ?
149)	Xeet woo xam ni jigéen ña ku ca ëmb benn yoon dee ?
150)	Wata buy daw ña ca dugg di wadd ?
151)	Muusum ñaari bopp ak ñenti tànk yu juuyoo?
152)	Xonqe ma xonqe?
153)	Mbëfar mbëpp?
154)	Ni copp, ni jodd, fukk jàpp ñent ?
155)	Ñaari juróom yu ñu mënul a boole ba ñu doon fukk?
156)	Samay ñaar ñatt na ñu ?
157)	Sama mbooloo tas na ?
158)	La ma daan sori jige na ma ?
159)	Boroomi ñent, taxaw ci boroomi ñent, di tëru boroomi ñent ?
160)	Tukkikat bu egseek yaramu neenam te buy dellu day solu ba mu jekk?

161)	Loora gi gétt loora gi, loora gi gën kaa gudd?
162)	Liicum, laacum?
163)	Ilimaan tóŋŋóoral?
164)	Xërëŋndëŋ xëndëŋ?
165)	Tëlée jooy sab dëj te sawar ci jooy dëjub jàmbur ?
166)	Juróomi pël yuy sàmm wenn nak te saasu ñu dugalee nak wi ci xur wi nak wi rëcc, réer mërr?
167)	Coroxndox condox?
168)	Tëbpàxtëbpàx?
169)	Suufukaasamaase?
170)	Xoburatatal?
171)	Luy jóge ca kaw di làkk ba egsi ci suuf?
172)	Sama caaya daa lakk ba jeex bàyyi fa geño ga?
173)	Fukki fan ak benn ci aw weer laa tudd, sant suuf, dëkk kaw. May kan?
174)	Fa xel yay daje ca mujjug àddina?
175)	Samab néeg daa tëju ràpp, amul bunt, amul bën-bën, teewul lépp li ma soxla cig dund mi nga ma fay fekk?
176)	Pont buy doxe bopp?
177)	Day juddu ñuul kukk, doon waxambaane deretal, dee bejjaawam ànd maase ?
178)	Ganaar gu ñuul di bóof nen yu xonq?
179)	Yaayu Ndey Sooda am na ñenti doom. Taaw bi Wurusu ngalam la tudd, tofob taaw bi tudd Xaalisu gal, ñatteel bi tudd Caqub peme. Nan la caatam wara tudd?
180)	Kàdd ga daanu, mbooloo ma yuuxoo ko?
181)	Ku ma rendi du ma nàcc te bu ñu may lekk may nàcc ?

182)	Ron ganaar guy tàngal kafe laa gis ?
183)	Ag njaboot gu bëgga jéggi ag dex ak looco gu mënul yab ludul juróom ñatt fukki kilo ak benn (81). Baay bi juróom ñaar fukki kilo ak juróom ñatt (73) la, ndey ji di juróom mbenn fukki kilo ak juróom ñaar (67), ki mag ci doom yi fanweeri kilo (30) la, rakk ji ñaar fukki kilo ak juróom ñent (29). Nan la ñuy def ba jàll ñoom ñépp?
184)	Ame nga wenn bëy, sëqu ngoon ak benn bukki, ngéen wara jéggi genn dex ci loocoo gu dul yeb ludul ñaar. Noo def ba jàllale ñépp ci jàmm ?
185)	Ñatti giléem nga yore. Genn giléem gi day lekk sëf, genn gi di lekk giléem, geneen gi ci des di lekk nit. Noo léen di jiitale ba kenn du lor kenn?
186)	Dëkk boo xam ni soo fa niyoo ña dee ñoo lay fay?
187)	Tool bi may ruur bub Buur la. Ñagu tool bi mënéesu koo bëtt te déesu ko ñaay. Tool bi ñaari bunt doŋŋ la am. Benn bunt ba ñatti bukki yu xiif bay yuut ñoo fa jonkan, beneen ba ca des gayndek sib gu xiif ba dee moo fa jaaxaan. Xam naa ni leegi Buur ñëw te bëggu ma mu fekk ma ca biir. Nan laay def ba raw Buur, ak gaynde gi, ak bukki yi?
188)	Maa di garab gu am fanweeri banqaas ak ñaar, banqaas bu am fanweeri car, car bu ne am juróomi meññent yu séddalikoo ci ñaar. Ñatti meññent yi bëccëk la ñu léen di witt, ñaar yi ñu léen di witt guddi. Maadi kan?
189)	Doxul lu sori lool, kenn toppu ko te bi mu dëppée gisul fay tànkam jaaroon. Mooy kan?

190)	Jaasi ju ñu bocce ci mbaram te mëneesatu ko caa delloo?
191)	Kujimiinjimaajimiinji ?
192)	Farifuriitigitege ?
193)	Xale boo xam bu ñu ko yónee, buy déllusi di na indaale neexal ?
194)	Kenn jiital ñaar, fukk di dox?
195)	Nàkkanaqareenuqaticistuq. Listuq xóotatax?
196)	Fukki sant yoo xam ni fu ñu tassee ayibu waay feeñ?
197)	Yuquyëkkwoogis, yuquyëkkubaay yukksàmbamooykigënaneexle yuquyëkk. Tegamtal ko.
198)	Silmaxa si ŋëb na ci loxo ndijooram tumam, ci loxo càmmoñam mu ŋàbb ag basaŋ, dugg ci néegub guddig waxset gu lëndëm këriis, fekk làmp ba fay. Ngir xam fan lay wara lal basŋam, nan lay wara def ba taal làmp?
199)	Mbedd mu ay nag dul saawo ?
200)	Lu amul ay tànk te di jéggi dex ?

Xaajub ñaareel bi ci powum càq ak càqi mi

Bu dee càq yi tëe na ñu la ci noonu, na nu la wàññil càx yi te juñj la tegtali xamtu yu lay mën a gindi ciy tomb. Tomb bu aw araf lay tollool. Limu tomb yi ñooy limu araf baat bi nga wara tontoo.

1)	Legetug soow gu dëppu te soow ma tuuruwul? .... (4 araf)
2)	Làyyu buy bees te du araw? .... (4 araf)
3)	Luy lekk te du regg te saasu naanee dee? .... (4 araf) mbaa ...... (6 araf)
4)	Juddu na ci saasi, bejjaaw ci saasi, dee ci saasi? ... (3 araf) mbaa .... (8 araf)
5)	Bariy xeej, demtil xare? .... (7 araf)
6)	Loo xam ni soo ko rendee jooy? ..... (5 araf)
7)	Njool xodd, bari yuut? .... (7 araf)
8)	Luy dunde butitam?....... (7 araf)
9)	Gàtt, ñuul, yénu baayam? .... (4 araf)
10)	Gis naa rab woo xam ni bopp ba boppu fas la, gët ya gëti nag la ñu, dënn ba dênnub gaynde la, biir ba biirub jaan la, tànk ya tànki giléem la ñu, laaf ya laafi tan la ñu terab woowu dëkk ñu jaar ba romb jàmm jeex fa. Rab woowu moodi wan ? .... (8 araf)

11) Dugg pes, génn pes? .... (4 araf)
12) Ndombo ci digg yoon? .... (4 araf)
13) Pettaaw ci digg yoon? ...... (6 araf)
14) Doomu guró ci dig lal ? .... (4 araf)
15) Doomu kamaate ci digg géej? ...... (6 araf)
16) Biiru mbaam, loosu giléem? .... (7 araf)
17) Biiru mbaam, bariy gët? .... (4 araf)
18) Yónni ko mu bañ, nga dem mu topp la? .... (9 araf)
19) Tubaab yaari bopp? ..... (5 araf)
20) Tàgg ca kaw, nen ci suuf? .... (7 araf)
21) Saa soo lale sab lal mu njëkk la ca toog? ... (3 araf)
22) Mbaar mu amul jën? .... (7 araf)
23) Mbaarum wenn jën? ..... (5 araf)
24) Mën a solu ba rafet te të génn ba ñu koy lalal ? ... (3 araf)
25) Luy waaj te du wàlli ? ... (3 araf)
26) Liit ci biir ngemb ? ..... (5 araf) mbaa .... (8 araf)

27) Siiñ ci kaw, siiñ ci suuf ? ...... (6 araf)	
28) Gàtt bari daraa ? ...... (6araf)	
29) Buy dugg ci bunt bi day wengalu, buy genn wengalu? ..... (5 araf)	
30) Togg du ko taxa ñor te boo ko lakkee mu seey? .... (4 araf) mbaa .... (7 araf)	
31) Balaa liggéey fàww ñu summil ko mbaxanaam? ... (3 araf)	
32) Ba laa dem ab yónnen fàww ñu tàpp taat ya ba mu tàng? .... (4 araf)	
33) Benn lay doxe tànk, di taxawe ci ñatti tànk? ...... (6 araf)	
34) Soo ko yónnee fu ko jige ba ëpp du dem waaye bu ko dàndee mu dem ? .... (4 araf)	
35) Gàtt, bariy ndombo? ..... (5 araf)	
36) Rab woo xam fajar ñenti tànk lay doxe, njolloor mu doxe ñaari tànk, tis mu doxe ñatti tànk? ... (3 araf)	
37) Du matte, du jame, tàngul bay lakke te saa foo ko joggee fàww nga soox ? .... (4 araf) mbaa ...... (6 araf) mbaa ... (3 araf)	
38) Jaan ju ñuul ju dul lemu? .... (4 araf)	
39) Dëkk la bu siiw ci Senegaal te bitik boo dugg fekk ko fa ? .... (4 araf)	
40) Ki koy defar da koy jaay, ki koy jënd du ko jëfandikoo, ki koy jëfandikoo du ko gis ? ..... (5 araf) mbaa .... (7 araf)	
41) Lu guddé nig ron te xaj cig ron lal ? .... (4 araf) mbaa ... (3 araf)	
42) Bu taxawee day gàtt te bu jonkanee njool? ... (3 araf)	

43) Loo ciy gëna tibb muy gëna, waaye booy dolli muy ràññeeku? ... (3 araf)
44) Mool bu dul tooy? .... (7 araf)
45) Benn jalu suuf, ñu sotti ca ñaari jali suuf, tonni benn jalu suuf, ñaata jal a fay des? .... (4 araf)
46) Gàtt bari coow ? .... (4 araf)
47) Bu ëmbée jigéen ñi bég, te saasu xëyée imbi baay sonn? ... (3 araf)
48) Luy juddoo ci ndox te buy raggu di dee? ..... (5 araf)
49) Bu ranqooñ yiy tuuru muy sukuraat, bu ranqooñ yay jeex mu dee? .... (7 araf)
50) Njaq lu amul kubéer ? .... (4 araf)
51) Saasu ko Buur wooloo, sëggal ko? ......
52) Damay bëtt kaasu weer ba sar te du ma ko toj, te du ca bàyyi benn bën-bën. Maa di kan ? .... (4 araf)
53) Bariy gët te du gis ? .... (4 araf)
54) Lu sut giléem te xaj ci kaas ? .... (4 araf)
55) Nit da koy lekk te su nit ki dee ñu def ko ko ? .... (4 araf)
56) Bu may génn sama kër am njool laay doon, su may dox ci yoon wi damay jooy, su ma aggee fa jëm, tunguni lu maaseek suuf si laay mujj nekk. Maa di kan ? .... (7 araf)
57) Loraange la ci sëfóor bi, di njariñul jigéen ñi? .... (4 araf)

58) Paa laa tudd, bokk wenn sant ak wu boroom woyu "xarnu bi", maa di kan? ..... (5 araf)
59) Maa di saan wu xës sànni, wu dul moy benn bopp, ñépp laay xaañ. Maa di kan ? ... (3 araf)
60) Loo xam buy dem di jëli day naaw, buy dellusi day diréeku ? .... (4 araf)
61) Meññenti garab yu dul feeñ ludul guddi? .... (7 araf)
62) Saasu wata bi dawee jëm kanam tali bi ñoŋ, su dawee deltu gannaaw tali bi xar? .... (9 araf)
63) Tur waa di Li, santam di Ngom, mos tàqamtikoo di jikkoom. Waa joo-joo di kan? ...... (6 araf)
64) Soowum kaw ? ... (3 araf)
65) Góor gàtt, ñime laxasaay ? .... (4 araf)
66) Ndaa ludul fees ? ... (4 araf)
67) Këll bu mag lawbe? .... (4 araf)
68) Kuy togg làmmiñam di ko dunde ? .... (9 araf)
69) Ndaje mu bon la te ku xëy xalaat faa dem ? .. (2 araf)
70) Der boo xam ni loo ci teg mu dem, dëkke tooy, te saasu wowee jàmm jeex ? ...... (6 araf)
71) Mbaam mu matul liibar, di sëf téeméeri kilo? .... (4 araf)

72) Luy xuus cib taw te du tooy ? ... (3 araf) mbaa ... (3 araf)
73) Juddu dim njool, dee maaseek kuusu bàmmeelam ? .... (7 araf)
74) Lan moo gën a niróog xaru guró ? .... (7 araf)
75) Da ngéen di ànd sóobu ci dex, nga tooy te moom du tooy ? .... (9 araf)
76) Gaaw ba raw melax, day jóge Senegaal, dem Màkka, jóge fa dem Amerik, déllusiwaat fii ci digante xef ak xippi ? ... (3 araf)
77) Loo xam ni day sax sikkim, bejjaaw doora saxi gëñ? .... (4 araf)
78) Filiwliw, falaxlax, ëpp ñay, gëti giléem, te xaj ci paxum melentaan? ...... (6 araf)
79) Sama mbaar benn tànk la am te sumay dem mu ànd ak man di ma keral? .... (7 araf)
80) Samab néeg per maak xadd da ñoo ànd nëtax ca kaw, xonq ca biir, ña cay fanaan ñuul. Boobu néeg ban la? .... (4 araf)
81) Sooy nelaw muy dund, soo yewwoo mu dee? .... (4 araf)
82) Lu suur bajantu. Ba mu des ? .... (4 araf)
83) Regg taxaw, xiif lafañ ? ..... (5 araf)
84) Mëna digle sangaay te du sangu ? ..... (5 araf)
85) Samag laltu du fees mukk lépp lu ñëw xaj na ci. Mooy lan? .... (4 araf)

86) Mën naa xonq ni xaal waaye ndox la def ? ... (3 araf)
87) Ci samab tabax, néeg bu lu ëpp ñaar fukki palanteer a ca nekk ? .... (4 araf)mbaa ..... (5 araf)
88) Foo ko fekk ma ngay ràbb, waaye du solu mukk. Kooku mooy kan ? .... (7 araf)
89) Luy daw te du àkk? ... (3 araf)
90) Saasu ne maa ngi ci tukki. Du ànd ak kenn, du ma war, du ma dugg te kuy gaaw maa la raw. Maa di kan ? ...... (6 araf)
91) Ku fuqale la. Boo taajee aw ñam mu ñëw, moo xam woo nga ko walla déet. Bu dara desul ludul déjji ndab li mu won la ginnaaw. Baadoolo boobu moodi kan ? ... (3 araf)
92) yàpp wu weñ dul toŋ mukk? ... (3 araf)
93) Sama doom yépp genn geño laa léen yeewe? ..... (5 araf) mbaa ... (3 araf) mbaa ... (4 araf)
94) Mi ngi ci sa wet waaye mënoo koo jàpp ? .... (9 araf)
95) Teen bu ñu mësula raw? .... (4 araf)
96) Jabootug maam daa yaatu ba kenn menu la waññi doom ya ? .... (4 araf)
97) Maam làqul ludul juróomi at waaye sikkim baa ngay buubu ? ..... (5 araf)
98) Fukki ficc toŋ cig garab nga sànni jam ca ñaar. Ñaata ficc ñooy des ca garab ga? .... (4 araf)
99) Xar jiitu, xar topp ca, xar ma léen topp jiital ñaari xar. Limub xar ya ñaata la? .... (4 araf)

100) Loo gëna xëcc muy gëna gàtt? .... (8 araf)
101) Looy gëna joñj, muy gëna gàtt? ..... (5 araf)
102) Njaq soo xam foo ko ubbe fekk ca ndox ? ...... (6 araf)
103) Ngóor soo xam ni mbubbam day soppeeku melo jamono ju ne? ..... (5 araf)
104) Ndee luy woote ? ..... (5 araf)
105) Néeg bu am aw nit ñu dul fay niyoo? ... (3 araf)
106) Genn buum guy takke nit ñépp? ..... (5 araf)
107) Ngóor su bon te baax te foo ko fekk ma nga tooy? ...... (6 araf)
108) Samab gamb bu sennee di toj na? ..... (5 araf)
109) Mbedd mu ay nag dul saawo ? .... (4 araf)
110) Lu amul ay tànk te di jéggi dex ? .... (4 araf)- .... (4 araf)
111) Bariy gàllaaj, demtil xare ? ..... (5 araf) ...... (6 araf)
112) Nit benn bët ? .... (4 araf)
113) Ku mëna bidanti du bànneexu ci man. Maa di kan? ..... (5 araf) .... (4 araf)
114) Xottu gerte wu dëppu ci buntu néeg ? .... (4 araf) **wu** ..... (5 araf)
115) Naar bu xonq, kaalawoo kaala gu weex ? ..... (4 araf) ak .... (8 araf)
116) Téeméeri gune cib néeg te ku génn sa bopp toj ? ..... (5 araf) ..... (5araf)

117) Ñenti doom yenu séen baay di daw ? ..... (5 araf) .... (4 araf)
118) Doom juy ruux baayam ? ..... (5araf) **ci** .... (4 araf)
119) Sew na, sol na mbaxana te fu mu dañe ndeyam dee fa ? ..... (5 araf) ..... (5 araf)
120) Njaatige luy seben ay surgaam ? ...... (6 araf) aki .... (4 araf)
121) Nag wu ñuul ci biir mboob mu ñuul ? .... (4 araf) **ci biir** ..... (5 araf)
122) Benn tànk bu am yatti gët? ...... (6 araf)
123) Aw móol bu amul simoŋ, amul suuf? ..... (5 araf) ...... (6 araf)
124) Pënó bu amu sàmbaraayeer? .... (7 araf)
125) Ñaari leget yu dëppoo te du ñu masa laale? .... (7 araf) ak .... (4 araf)
126) Bul làqu dóoru ma la ? .... (8 araf) .... (4 araf)

Xaajub ñatteel bi ci powum càq ak càqi mi

Bu dee càq yi tëe na ñu la téy, na nu la wàññil càx yi ba téy te jos la araf wi door baat.

1.	Legetug soow gu dëppu te soow ma tuuruwul? **W…**
2.	Làyyu buy bees te du araw? **D…**
3.	Luy lekk te du regg te saasu naanee dee? **T…** mbaa **s…..**
4.	Juddu na ci saasi, bejjaaw ci saasi, dee ci saasi? **S..** mbaa **si……**
5.	Bariy xeej, demtil xare? **s……**
6.	Loo xam ni soo ko rendee jooy? **So…**
7.	Njool xodd, bari yuut? **Son….**
8.	Luy dunde butitam? **S……**
9.	Gàtt, ñuul, yénu baayam? **P…**
10.	Gis naa rab woo xam ni bopp ba boppu fas la, gët ya gëti nag la ñu, dënn ba dênnub gaynde la, biir ba biirub jaan la, tànk ya tànki giléem la ñu, laaf ya laafi tan la ñu terab woowu dëkk ñu jaar ba romb jàmm jeex fa. Rab woowu moodi wan ? **Nj …...**
11.	Dugg pes, génn pes? **R…**

12. Ndombo ci digg yoon? **J…**
13. Pettaaw ci digg yoon? **T…..**
14. Doomu guró ci dig lal ? **L…**
15. Doomu kamaate ci digg géej? **T…..**
16. Biiru mbaam, loosu giléem? **B……**
17. Biiru mbaam, bariy gët? **I…**
18. Yónni ko mu bañ, nga dem mu topp la? **Ta…….**
19. Tubaab yaari bopp? **M….**
20. Tàgg ca kaw, nen ci suuf? **Pull…**
21. Saa soo lale sab lal mu njëkk la ca toog? **W..**
22. Mbaar mu amul jën? **A……**
23. Mbaarum wenn jën? **G….**
24. Mën a solu ba rafet te të génn ba ñu koy lalal ? **L..**
25. Luy waaj te du wàlli ? **L..**
26. Liit ci biir ngemb ? **D….** mbaa **Ng…...**
27. Siiñ ci kaw, siiñ ci suuf ?

S…..
28. Gàtt bari daraa ? **S…..**
29. Buy dugg ci bunt bi day wengalu, buy genn wengalu? **B….**
30. Togg du ko taxa ñor te boo ko lakkee mu seey? **C…** mbaa **c……**
31. Balaa liggéey fàww ñu summil ko mbaxanaam? **B..**
32. Ba laa dem ab yónnen fàww ñu tàpp taat ya ba mu tàng? **P…**
33. Benn lay doxe tànk, di taxawe ci ñatti tànk? **B…..**
34. Soo ko yónnee fu ko jige ba ëpp du dem waaye bu ko dàndee mu dem ? **L…**
35. Gàtt, bariy ndombo? **Nd…**
36. Rab woo xam fajar ñenti tànk lay doxe, njolloor mu doxe ñaari tànk, tis mu doxe ñatti tànk? **N..**
37. Du matte, du jame, tàngul bay lakke te saa foo ko joggee fàww nga soox ? **P…** mbaa **jo….** mbaa **d..**
38. Jaan ju ñuul ju dul lemu? **T…**
39. Dëkk la bu siiw ci Senegaal te bitik boo dugg fekk ko fa ? **K…**
40. Ki koy defar da koy jaay, ki koy jënd du ko jëfandikoo, ki koy jëfandikoo du ko gis ? **Nj…** mbaa **c…..y**
41. Lu guddé nig ron te xaj cig ron lal ? **B…** mbaa **g..**

42. Bu taxawee day gàtt te bu jonkanee njool? **X..**
43. Loo ciy gëna tibb muy gëna, waaye booy dolli muy ràññeeku? **P..**
44. Mool bu dul tooy? **J…..ñ**
45. Benn jalu suuf, ñu sotti ca ñaari jali suuf, tonni benn jalu suuf, ñaata jal a fay des? **D…**
46. Gàtt bari coow? **T…**
47. Bu ëmbée jigéen ñi bég, te saasu xëyée imbi baay sonn? **S..**
48. Luy juddoo ci ndox te buy raggu di dee? **X….**
49. Bu ranqooñ yiy tuuru muy sukuraat, bu ranqooñ yay jeex mu dee? **S……**
50. Njaq lu amul kubéer ? **N…**
51. Saasu ko Buur wooloo, sëggal ko? **W…..**
52. Damay bëtt kaasu weer ba sar te du ma ko toj, te du ca bàyyi benn bën-bën. Maa di kan ? **L…**
53. Bariy gët te du gis ? **T…**
54. Lu sut giléem te xaj ci kaas ? **W…**
55. Nit da koy lekk te su nit ki dee ñu def ko ko ? **S…**
56. Bu may génn sama kër am njool laay doon, su may dox ci yoon wi damay jooy, su ma aggee fa jëm, tunguni lu

maaseek suuf si laay mujj nekk. Maa di kan ?   **S……**
57. Loraange la ci sëfóor bi, di njariñul jigéen ñi? **P…**
58. Paa laa tudd, bokk wenn sant ak wu boroom woyu "xarnu bi", maa di kan? **P….**
59. Maa di saan wu xës sànni, wu dul moy benn bopp, ñépp laay xaañ. Maa di kan ? **D..**
60. Loo xam buy dem di jëli day naaw, buy dellusi day diréeku? **R…**
61. Meññenti garab yu dul feeñ ludul guddi? **B…..w**
62. Saasu wata bi dawee jëm kanam tali bi ñoŋ, su dawee deltu gannaaw tali bi xar? **F……ir**
63. Tur waa di Li, santam di Ngom, mos tàqamtikoo di jikkoom. Waa joo-joo di kan? **L…..**
64. Soowum kaw? **W..**
65. Góor gàtt, ñime laxasaay? **I…**
66. Ndaa ludul fees? **N…**
67. Këll bu mag lawbe? **N…**
68. Kuy togg làmmiñam di ko dunde? **W……..**
69. Ndaje mu bon la te ku xëy xalaat faa dem ? **J.**

70. Der boo xam ni loo ci teg mu dem, dëkke tooy, te saasu wowee jàmm jeex ? **Là….**
71. Mbaam mu matul liibar, di sëf téeméeri kilo? **D…**
72. Luy xuus cib taw te du tooy ? **B..** mbaa **x..**
73. Juddu dim njool, dee maaseek kuusu bàmmeelam? **S……**
74. Lan moo gën a niróog xaru guró? **X……**
75. Da ngéen di ànd sóobu ci dex, nga tooy te moom du tooy ? **T……..**
76. Gaaw ba raw melax, day jóge Senegaal, dem Màkka, jóge fa dem Amerik, déllusiwaat fii ci digante xef ak xippi ? **X..**
77. Loo xam ni day sax sikkim, bejjaaw doora saxi gëñ? **Mb..**
78. Filiwliw, falaxlax, ëpp ñay, gëti giléem, te xaj ci paxum melentaan? **Ng….**
79. Sama mbaar benn tànk la am te sumay dem mu ànd ak man di ma keral? **P……**
80. Samab néeg per maak xadd da ñoo ànd nëtax ca kaw, xonq ca biir, ña cay fanaan ñuul. Boobu néeg ban la? **X…**
81. Sooy nelaw muy dund, soo yewwoo mu dee? **G…**
82. Lu suur bajantu. Ba mu des ? **X…**

83. Regg taxaw, xiif lafañ ? **S....**
84. Mëna digle sangaay te du sangu ? **T....**
85. Samag laltu du fees mukk lépp lu ñëw xaj na ci. Mooy lan? **S...**
86. Mën naa xonq ni xaal waaye ndox la def ? **B..**
87. Ci samab tabax, néeg bu lu ëpp ñaar fukki palanteer a ca nekk ? **C...** mbaa **mb...**
88. Foo ko fekk ma ngay ràbb, waaye du solu mukk. Kooku mooy kan ? **J......**
89. Luy daw te du àkk? **D..**
90. Saasu ne maa ngi ci tukki. Du ànd ak kenn, du ma war, du ma dugg te kuy gaaw maa la raw. Maa di kan ? **Ng....**
91. Ku fuqale la. Boo taajee aw ñam mu ñëw, moo xam woo nga ko walla déet. Bu dara desul ludul déjji ndab li mu won la ginnaaw. Baadoolo boobu moodi kan ? **W..**
92. yàpp wu weñ dul toŋ mukk? **X..**
93. Sama doom yépp genn geño laa léen yeewe? **K....** mbaa **c..** mbaa **f..**
94. Mi ngi ci sa wet waaye mënoo koo jàpp ? **T........**

95. Teen bu ñu mësula raw? **B...**
96. Jabootug maam daa yaatu ba kenn menu la waññi doom ya? **S…**
97. Maam làqul ludul juróomi at waaye sikkim baa ngay buubu? **S.….**
98. Fukki ficc toŋ cig garab nga sànni jam ca ñaar. Ñaata ficc ñooy des ca garab ga? **D…**
99. Xar jiitu, xar topp ca, xar ma léen topp jiital ñaari xar. Limub xar ya ñaata la? **Ñ…**
100. Loo gëna xëcc muy gëna gàtt? **Sig.….**
101. Looy gëna joñj, muy gëna gàtt? **S.…**
102. Njaq soo xam foo ko ubbe fekk ca ndox ? **L.….**
103. Ngóor soo xam ni mbubbam day soppeeku melo jamono ju ne? **K…ar**
104. Ndee luy woote ? **Nd…**
105. Néeg bu am aw nit ñu dul fay niyoo? **Fo..**
106. Genn buum guy takke nit ñépp? **N.…**
107. Ngóor su bon te baax te foo ko fekk ma nga tooy? **L.…ñ**

108. Samab gamb bu sennee di toj na? **Mb…**	
109. Mbedd mu ay nag dul saawo ? **B…**	
110. Lu amul ay tànk te di jéggi dex ? **Dé..- d…**	
111. Bariy gàllaaj, demtil xare ? **D…. bi….**	
112. Nit benn bët ? **Nj..**	
113. Ku mëna bidanti du bànneexu ci man. Maa di kan? **P…. njël**	
114. Xottu gerte wu dëppu ci buntu néeg ? **D… wu d….**	
115. Naar bu xonq, kaalawoo kaala gu weex ? **W…. ak p…….**	
116. Téeméeri gune cib néeg te ku génn sa bopp toj ? **B…. al…**	
117. Ñenti doom yenu séen baay di daw ? **P…. wa..**	
118. Doom juy ruux baayam ? **C…. ci x…**	
119. Sew na, sol na mbaxana te fu mu dañe ndeyam dee fa ? **B…. al…**	
120. Njaatige luy seben ay surgaam ? **B….. aki ka..**	
121. Nag wu ñuul ci biir mboob mu ñuul ? **T… ci biir kawar**	
122. Benn tànk bu am yatti gët? **Fë….**	

123.	Aw móol bu amul simoŋ, amul suuf? **Bek.. su….**
124.	Pënó bu amu sàmbaraayeer? **Mb…..**
125.	Ñaari leget yu dëppoo te du ñu masa laale? **A……** ak **s…**
126.	Bul làqu dóoru ma la ? **U…….** **bunt**

Xaajub ñenteel bi ci powum càq ak càqi mi

Bu po mi eggee kiy yóbbu ndam li, mooy ki ci ëpple ay tombi ndam, topp ca ka ca topp.

Cax yi	séeni Càqi
1. Legetug soow gu dëppu te soow ma tuuruwul?	**Ween**
2. Làyyu buy bees te du araw?	**Dàll**
3. Luy lekk te du regg te saasu naanee dee?	**Taal** mbaa **sawara**
4. Juddu na ci saasi, bejjaaw ci saasi, dee ci saasi?	**Saw** mbaa **singuway**
5. Bariy xeej, demtil xare?	**suññéel**
6. Loo xam ni soo ko rendee jooy?	**Soble**
7. Njool xodd, bari yuut?	**Sondeel**
8. Luy dunde butitam?	**Sondeel**
9. Gàtt, ñuul, yénu baayam?	**Pënó**
10. Gis naa rab woo xam ni bopp ba boppu fas la, gët ya gëti nag la ñu, dënn ba dênnub gaynde la, biir ba biirub jaan la, tànk ya tànki giléem la ñu, laaf ya laafi tan la ñu terab woowu dëkk ñu jaar ba romb jàmm jeex fa. Rab woowu moodi wan ?	**njéeréer**
11. Dugg pes, génn pes?	**Ridó**
12. Ndombo ci digg yoon?	**Jaan**
13. Pettaaw ci digg yoon?	**Tiflit**

14. Doomu guró ci dig lal ?	**Liir**
15. Doomu kamaate ci digg géej?	**Tubaab**
16. Biiru mbaam, loosu giléem?	**Baraada**
17. Biiru mbaam, bariy gët?	**Indé**
18. Yónni ko mu bañ, nga dem mu topp la?	**Takkndeer**
19. Tubaab yaari?	**Mburu**
20. Tàgg ca kaw, nen ci suuf?	**Pullóox**
21. Saa soo lale sab lal mu njëkk la ca toog?	**Weñ**
22. Mbaar mu amul jën?	**Asamaan**
23. Mbaarum wenn jën?	**Garab**
24. Mën a solu ba rafet te të génn ba ñu koy lalal ?	**Lal**
25. Luy waaj te du wàlli ?	**Lal**
26. Liit ci biir ngemb ?	**Doxat** mbaa **Ngelawal**
27. Siiñ ci kaw, siiñ ci suuf ?	**Sàkket**
28. Gàtt bari daraa ?	**Supame**
29. Buy dugg ci bunt bi day wengalu, buy genn wengalu?	**Butoŋ**
30. Togg du ko taxa ñor te boo ko lakkee mu seey?	**Caas** mbaa **cinkóor**
31. Balaa liggéey fàww ñu summil ko mbaxanaam?	**Bik**
32. Ba laa dem ab yónnen fàww ñu tàpp taat ya ba mu tàng?	**Pont**
33. Benn lay doxe tànk, di taxawe ci ñatti tànk?	**Burwet**
34. Soo ko yónnee fu ko jige ba ëpp du	

dem waaye bu ko dàndee mu dem ?	**Loxo**
35. Gàtt, bariy ndombo?	**Ndéef**
36. Rab woo xam fajar ñenti tànk lay doxe, njolloor mu doxe ñaari tànk, tis mu doxe ñatti tànk?	**Nit**
37. Du matte, du jame, tàngul bay lakke te saa foo ko joggee fàww nga soox ?	**Puub** mbaa **jonkan** mbaa **dey**
38. Jaan ju ñuul ju dul lemu?	**Tali**
39. Dëkk la bu siiw ci Senegaal te bitik boo dugg fekk ko fa ?	**Kees**
40. Ki koy defar da koy jaay, ki koy jënd du ko jëfandikoo, ki koy jëfandikoo du ko gis ?	**Njoor** mbaa **càngaay**
41. Lu guddé nig ron tr xaj cig ron lal ?	**Buum** mbaa **goj**
42. Bu taxawee day gàtt te bu jonkanee njool?	**Xaj**
43. Loo ciy gëna tibb muy gëna, waaye booy dolli muy ràññeeku?	**Pax**
44. Mool bu dul tooy?	**Jargooñ**
45. Benn jalu suuf, ñu sotti ca ñaari jali suuf, tonni benn jalu suuf, ñaata jal a fay des?	**Dara**
46. Gàtt bari coow?	**Tama**
47. Bu ëmbée jigéen ñi bég, te saasu xëyée imbi baay sonn?	**Sàq**
48. Luy juddoo ci ndox te buy raggu di dee?	**Xorom**
49. Bu ranqooñ yiy tuuru muy sukuraat, bu ranqooñ yay jeex mu dee?	**Sondeel**

50. Njaq lu amul kubéer ?	**Nopp**
51. Saasu ko Buur wooloo, sëggal ko?	**Watkat**
52. Damay bëtt kaasu weer ba sar te du ma ko toj, te du ca bàyyi benn bën-bën. Maa di kan ?	**Leer**
53. Bariy gët te du gis ?	**Tame**
54. Lu sut giléem te xaj ci kaas ?	**Wëñ**
55. Nit da koy lekk te su nit ki dee ñu def ko ko ?	**Suul**
56. Bu may génn sama kër am njool laay doon, su may dox ci yoon wi damay jooy, su ma aggee fa jëm, tunguni lu maaseek suuf si laay mujj nekk. Maa di kan ?	**Sondeel**
57. Loraange la ci sëfóor bi, di njariñul jigéen ñi?	**Paan**
58. Paa laa tudd, bokk wenn sant ak wu boroom woyu "xarnu bi", maa di kan?	**Paaka**
59. Maa di saan wu xës sànni, wu dul moy benn bopp, ñépp laay xaañ. Maa di kan ?	**Dee**
60. Loo xam buy dem di jëli day naaw, buy dellusi day diréeku?	**Rato**
61. Meññenti garab yu dul feeñ ludul guddi?	**Biddéew**
62. Saasu wata bi dawee jëm kanam tali bi ñoŋ, su dawee deltu gannaaw tali bi xar?	**Fermitiir**
63. Tur waa di Li, santam di Ngom, mos tàqamtikoo di jikkoom. Waa joo-joo di kan?	**Lingom**
64. Soowum kaw?	**Wuy**

65. Góor gàtt, ñime laxasaay?	**Indé**
66. Ndaa ludul fees?	**Nopp**
67. Këll bu mag lawbe?	**Nopp**
68. Kuy togg làmmiñam di ko dunde?	**Woyaankat**
69. Ndaje mu bon la te ku xëy xalaat faa dem ?	**Ja** (marse)
70. Der boo xam ni loo ci teg mu dem, dëkke tooy, te saasu wowee jàmm jeex ?	**Làmmiñ**
71. Mbaam mu matul liibar, di sëf téeméeri kilo?	**Dàll**
72. Luy xuus cib taw te du tooy ?	**Bët** mbaa **xel**
73. Juddu dim njool, dee maaseek kuusu bàmmeelam?	**Sondeel**
74. Lan moo gën a niróog xaru guró?	**Xaritam**
75. Da ngéen di ànd sóobu ci dex, nga tooy te moom du tooy ?	**Takkndeer**
76. Gaaw ba raw melax, day jóge Senegaal, dem Màkka, jóge fa dem Amerik, déllusiwaat fii ci digante xef ak xippi ?	**Xel**
77. Loo xam ni day sax sikkim, bejjaaw doora saxi gëñ?	**Mboq**
78. Filiwliw, falaxlax, ëpp ñay, gëti giléem, te xaj ci paxum melentaan?	**Ngelaw**
79. Sama mbaar benn tànk la am te sumay dem mu ànd ak man di ma keral?	**Parasol**
80. Samab néeg per maak xadd da ñoo ànd nëtax ca kaw, xonq ca biir, ña cay fanaan ñuul. Boobu néeg ban la?	**Xaal**
81. Sooy nelaw muy dund, soo yewwoo mu dee?	**Gént**

82. Lu suur bajantu. Ba mu des ?	**Xaal**
83. Regg taxaw, xiif lafañ ?	**Saaku**
84. Mëna digle sangaay te du sangu ?	**Téere**
85. Samag laltu du fees mukk lépp lu ñëw xaj na ci. Mooy lan?	**Suuf**
86. Mën naa xonq ni xaal waaye ndox la def ?	**Bët**
87. Ci samab tabax, néeg bu lu ëpp ñaar fukki palanteer a ca nekk ?	**Caax** mbaa **mbaal**
88. Foo ko fekk ma ngay ràbb, waaye du solu mukk. Kooku mooy kan ?	**Jargooñ**
89. Luy daw te du àkk?	**Dex**
90. Saasu ne maa ngi ci tukki. Du ànd ak kenn, du ma war, du ma dugg te kuy gaaw maa la raw. Maa di kan ?	**Ngelaw**
91. Ku fuqale la. Boo taajee aw ñam mu ñëw, moo xam woo nga ko walla déet. Bu dara desul ludul déjji ndab li mu won la ginnaaw. Baadoolo boobu moodi kan ?	**Weñ**
92. yàpp wu weñ dul toŋ mukk?	**Xal**
93. Sama doom yépp genn geño laa léen yeewe?	**Kurus** mbaa **caq** mbaa **fer**
94. Mi ngi ci sa wet waaye mënoo koo jàpp ?	**Takkndeer**
95. Teen bu ñu mësula raw?	**Bóli**
96. Jabootug maam daa yaatu ba kenn menu la wañña doom ya?	**Suuf**
97. Maam làqul ludul juróomi at waaye sikkim baa ngay buubu?	**Sikket**
98. Fukki ficc toŋ cig garab nga sànni jam ca ñaar. Ñaata ficc ñooy des ca garab	**Dara**

ga?	
99. Xar jiitu, xar topp ca, xar ma léen topp jiital ñaari xar. Limub xar ya ñaata la?	**ñatt**
100. Loo gëna xëcc muy gëna gàtt?	**Sigareet**
101. Looy gëna joñj, muy gëna gàtt?	**soccu**
102. Njaq soo xam foo ko ubbe fekk ca ndox ?	**Lingom**
103. Ngóor soo xam ni mbubbam day soppeeku melo jamono ju ne?	**Kàktar**
104. Ndee luy woote ?	**Ndënd**
105. Néeg bu am aw nit ñu dul fay niyoo?	**Foto**
106. Genn buum guy takke nit ñépp?	**Nelaw**
107. Ngóor su bon te baax te foo ko fekk ma nga tooy?	**Làmmiñ**
108. Samab gamb bu sennee di toj na?	**Mbóot** (sekere)
109. Mbedd mu ay nag dul saawo ?	**Bóli**
110. Lu amul ay tànk te di jéggi dex ?	**Dégg-dégg**
111. Bariy gàllaaj, demtil xare ?	**Doomu bisaab**
112. Nit benn bët ?	**Njur u semmiñ**
113. Ku mëna bidanti du bànneexu ci man. Maa di kan?	**Péexus njël**
114. Xottu gerte wu dëppu ci buntu néeg ?	**Dàll wu dëppu**
115. Naar bu xonq, kaalawoo kaala gu weex ?	**Warga ak puuritam**
116. Téeméeri gune cib néeg te ku génn sa bopp toj ?	**Banti almet**
117. Ñenti doom yenu séen baay di daw ?	**Pënoy wata**
118. Doom juy ruux baayam ?	**Caabi ci biir xomb**

119. Sew na, sol na mbaxana te fu mu dañe ndeyam dee fa ?	**Bantu almet**
120. Njaatige luy seben ay surgaam ?	**Barada aki kaas**
121. Nag wu ñuul ci biir mboob mu ñuul ?	**Teeñ ci biir kawar**
122. Benn tànk bu am yatti gët?	**Fëruus**
123. Aw móol bu amul simoŋ, amul suuf?	**Bekku suukër**
124. Pënó bu amu sàmbaraayeer?	**Mbiskit**
125. Ñaari leget yu dëppoo te du ñu masa laale?	**Asamaan** ak **suuf**
126. Bul làqu dóoru ma la ?	**Ubbéeru bunt**
127. Ñaari sant yoo xam ni soo léen boolee tudd cér bu nekk ci nit ?	Santu **Ba** ak santu **Kan (bakkan)**
128. Yenti doomi ndey yi bokk wenn yaram?	**Ñenti tànki taabal**
129. Ñaari xarit yuy ànd, kii daa ragal naaj, keneen ka ragal lëndëm lool ndax bu ca tàbbi moodig faatoom. Ñooñu ñooy ñan?	**Nit** ak **takkndeeram**
130. Njool bariy cëwri?	**Poto làmp**
131. Tollul ni jaan te yore santam?	**Jur-jaan**
132. Lu minise bi jëfandikoo ak lu sëriñ bi jëfandikoo te boo léen boolee tudd ab dëkk feeñ ?	**Kol** ak **daa** (**Koldaa**)
133. Da may sant wuy dagge, sama mbokk di binde, te nun ñaar, kër gu nu ànd dugg njàqare dugg fa. Nooy ñan?	**Si** ak **daa (sidaa)**
134. Li jigéen ju ne bëgg ak lu sàcc baaxoo soo léen boole sama turu bàjjan feeñ?	**Sëy** ak **nëbbu (Sëynabu)**
135. Géej gu ame ludul fanweeri jën,	

téeméeri móol xëy di ca napp. Ba ngoon jotee, ba ñuy ñibbi, kenn ku nekk yóbbaale na fanweeri jën. Googu géej gan la ?	**Weeru koor**
136. Boo ma baajee, foqati sama mbaxana, maa ciipatu la, buusu la. Maadi kan ?	**Bitéelu liminaat.**
137. Gën nga maa gudd, ma tiim la ?	**Garab gu tiim aw yoon**
138. Yax gu muur yàpp ?	**Xottu nen**
139. Mag ak rakk yoo xam ni fu ñu tassee ciw yoon mag ji lekk rakk ji?	**Ndox ak sawara**
140. Da may lekk samay butit, di naan sama deret. Maadi kan?	**Làmpu petorol.**
141. Ndëlle amul ker?	**Xetaxu dàgga.**
142. Lu daj ab néeg te xaj ci poos?	**Leerug tors**
143. Doom ju aar baayam, ludul da koo gétti?	**Kerug garab**
144. Ñaari sant ci biir ndab?	**Li** ak **Ngom (lingom)**
145. Sama ñaari kiloy wëttéen ak sa ñaari kiloy betteex, lu ci gëna diis ?	**Ñoo yem ay kilo.**
146. Samaw sant ak melow safaanu yàñj, fu ñu ànde, nit defaru, pénc suqaliku ?	**Li** ak **géey (liggéey)**
147. Siiñ kaw, siiñ suuf, siiñ ci digante yi ?	**Garabug dég.**
148. Luy lekki nenam te déesu ko lekk ?	**Tame** ak **karaw**
149. Takk naa samaw fas ci biir néeg, génn tëj buntu néeg ba, teewul geenub fas wa jiitu na ma ca biti ?	**Saxarus cuuraay**

150. Dëkk boo xam ni koo gis ma nga boot doomam ?	**Toolu mboq**
151. Xeet woo xam ni jigéen ña ku ca ëmb benn yoon dee ?	**Garabug babaana**
152. Wata buy daw ña ca dugg di wadd ?	**Masin buy ji gerte**
153. Muusum ñaari bopp ak ñenti tànk yu juuyoo?	**Nit ku jébbal am xelam ñaar ñu worooy bëgg-bëgg ci moom.**
154. Xonqe ma xonqe?	**Tubaab ci digg toolub bisaab bu xonq**
155. Mbëfar mbëpp?	**Mbàjj mu daanu cib teen**
156. Ni copp, ni jodd, fukk jàpp ñent ?	**Nit ku jonkan di ratt nag wu taxaw**
157. Ñaari juróom yu ñu mënul a boole ba ñu doon fukk?	**Juróomi mag ak rakk yu bokk ndey ak baay. Bu ndey woo juróomi doomam, baay woo juróomam, ñu tase ci kër gi du tax mukk ñu doon fukki doom.**
158. Samay ñaar ñatt na ñu ?	**Boroom ñaari tànk buy doxeb dokk**
159. Sama mbooloo tas na ?	**Màggat mu foq ba jeeli gëñ.**
160. La ma daan sori jige na ma ?	**Gis-gis buy wàññeeku**

161. Boroomi ñent, taxaw ci boroomi ñent, di tëru boroomi ñent ?	**Jinaab ju taxaw ci kaw lal, di tëru jinax.**
162. Tukkikat bu egseek yaramu neenam te buy dellu day solu ba mu jekk?	**Ab liir ak ab néew**
163. Loora gi gétt loora gi, loora gi gën kaa gudd?	**Garab gu tiim aw yoon**
164. Liicum, laacum?	**Cuuj bu gàddu jaasi**
165. Ilimaan tóŋŋóoral?	**Muus mu wae welo.**
166. Xërëŋndëŋ xëndëŋ?	**Barigo bu daanu ci teen**
167. Tëlée jooy sab dëj te sawar ci jooy dëjub jàmbur ?	**Ku sa nqetu Doxat dul lëjal te keneen ku doxat nga wax ko**
168. Juróomi pël yuy sàmm wenn nak te saasu ñu dugalee nak wi ci xur wi nak wi rëcc, réer mërr?	**Dankub ceeb bu juróomi waaraami loxo jóo ci gemmiñ.**
169. Coroxndox condox?	**Pusó bu tàbbi cib teen**
170. Tëbpàxtëbpàx?	**Tëb am pàx, tëbaat am pàx**
171. Suufukaasamaase?	**Suuf u kaas a maase**
172. Xoburatatal?	**Xob u rat a tal**
173. Luy jóge ca kaw di làkk ba egsi ci suuf?	**Coow li àdd giy def buy rot ci suuf**
174. Sama caaya daa lakk ba jeex bàyyi fa geño ga?	**Yoon wu nekk ci mbooy gu daay jeexal**

175. Fukki fan ak benn ci aw weer laa tudd, sant suuf, dëkk kaw. May kan?	**Gàmmo Kan, dëkk Tagaar**
176. Fa xel yay daje ca mujjug àddina?	**Teen ba ca sëg ya**
177. Samab néeg daa tëju ràpp, amul bunt, amul bën-bën, teewul lépp li ma soxla cig dund mi nga ma fay fekk?	**Cuuj ci biir nen**
178. Pont buy doxe bopp?	**Pont bu ñu daaj ci dàll**
179. Day juddu ñuul kukk, doon waxambaane deretal, dee bejjaawam ànd maase?	**Këriñ gu tàkkagul, bu boyee ba xonq ak bu jeexee ba nekk ab dóom**
180. Ganaar gu ñuul di bóof nen yu xonq?	**Cin lu tege ci kaw i xal**
181. Yaayu Ndey Sooda am na ñenti doom. Taaw bi Wurusu ngalam la tudd, tofob taaw bi tudd Xaalisu gal, ñatteel bi tudd Caqub peme. Nan la caatam wara tudd?	**Ndey Sooda moo di caat ma**
182. Kàdd ga daanu, mbooloo ma yuuxoo ko?	**Dem-àll yu génn, weñ ya biiw ko**
183. Ku ma rendi du ma nàcc te bu ñu may lekk may nàcc ?	**Guró gu xonq**
184. Ron ganaar guy tàngal kafe laa gis ?	**Ag ron, ag ganaar, ag guy ab tàngal, ag kafe laa gis .**
185. Ag njaboot gu bëgga jéggi ag dex ak looco gu mënul yab ludul juróom ñatt fukki kilo ak benn (81). Baay bi juróom ñaar fukki kilo ak juróom ñatt (73) la, ndey ji di juróom mbenn fukki kilo ak juróom ñaar (67), ki mag ci doom yi fanweeri kilo (30) la, rakk ji ñaar fukki kilo ak juróom ñent (29).	**Ñaari doom yi da ñuy ànd jéggi. Bu ñu egge ca geneen wàll ga, kenn des fa, rakk ja dellusi ak looco ga, jox ko baay ba mu jàll. Bu eggee jox ko doom**

Nan la ñuy def ba jàll ñoom ñépp?	**ja fa desoon, mu déllusi jëlsi magam. Bu ñu jéggée, mag ji déllusi bàyyi fa rakkam ak baayam, fekksi ndeyam, jox ko looco gi mu jéggi, fekki boroom këram ak doomam. Bu eggee doom ja jël looco ga jëlsi magam, ñu ànd fekki séeni way-jur ca geneen wàll ga.**
186. Ame nga wenn bëy, sëqu ngoon ak benn bukki, ngéen wara jéggi genn dex ci loocoo gu dul yeb ludul ñaar. Noo def ba jàllale ñépp ci jàmm ?	**Bëy wi nga jëkka yóbbu, déllusi jël bukki bi yóbbu, indaale bëy wi, bàyyi ko fi jël ngooñ mi mu fekki bukki ba. Boo eggee nga bàyyi léen fa doora jëlsi bëy wi mu fekki bukki ba ak ngooñ ma ca geneen wàll ga.**
187. Ñatti giléem nga yore. Genn giléem gi day lekk sëf, genn gi di lekk giléem, geneen gi ci des di lekk nit. Noo léen di jiitale ba kenn du lor kenn?	**Biy lekk sëf nga jiital, topp ca moom, biy lekk giléem topp ci yaw, biy lekk nit topp ciy lekk giléem. Ngéen dox ci jàmm.**

188. Dëkk boo xam ni soo fa niyoo ña dee ñoo lay fay?	**Xobi garab yu dee ba wadd, ya nga joggi ci, booy dox ci àll bi**
189. Tool bi may ruur bub Buur la. Ñagu tool bi mënéesu koo bëtt te déesu ko ñaay. Tool bi ñaari bunt doŋŋ la am. Benn bunt ba ñatti bukki yu xiif bay yuut ñoo fa jonkan, beneen ba ca des gayndek sib gu xiif ba dee moo fa jaaxaan. Xam naa ni leegi Buur ñëw te bëggu ma mu fekk ma ca biir. Nan laay def ba raw Buur, ak gaynde gi, ak bukki yi?	**Mu bëggee raw, da may jaare ca bunt ba gaynde gu dee ga jaaxaan**
190. Maa di garab gu am fanweeri banqaas ak ñaar, banqaas bu am fanweeri car, car bu ne am juróomi meññent yu séddalikoo ci ñaar. Ñatti meññent yi bëccëk la ñu léen di witt, ñaar yi ñu léen di witt guddi. Maadi kan?	**Yaa di at mi ëmb ci biiram fukki weer ak ñaar. Weer ëmb fanweeri bés. Bés bu ëmb ci biiram julli yi juróom. Fajar, tisbaar ak tàkkusaan, ñu léen di julli ci bëccëk bi, timis ak gee dugg ci guddi gi.**
191. Doxul lu sori lool, kenn toppu ko te bi mu dëppée gisul fay tànkam jaaroon. Mooy kan ?	**Gaal guy daw cim ndox.**
192. Jaasi ju ñu bocce ci mbaram te mëneesatu ko caa delloo?	**Wax ju ñaaw ju rëcce ciw làmmiñ.**
193. Kujimiinjimaajimiinji ?	**Ku ji mii nji? Maa ji mii nji.**
194. Farifuriitigitege ?	**Fari, fu riiti gi tege?**
195. Xale boo xam bu ñu ko yónee, buy	**Pusó boo able, buy**

déllusi di na indaale neexal ?	**déllóosi indaale wëñ.**
196. Kenn jiital ñaar, fukk di dox?	**Nit kuy dox ak ñaari tànkam, jiital ñaari gàtt, gàtt bu ne dox ak ñenti tànkam.**
197. Nàkkanaqareenuqaticistuq. Listuq xóotatax?	**Nàkk a naqaree nuqati cis tuq. Lis tuq xóot a tax.**
198. Fukki sant yoo xam ni fu ñu tassee ayibu waay feeñ?	Mbay, ba, njaay, gëy, ka, jum, jaak, dem, taal, fay : **Mbay Njaay Gëy, jàkka ju mu dem fay taal ba**
199. Yuquyëkkwoogis, yuquyëkkubaay yukksàmbamooykigënaneexle yuquyëkk. Tegamtal ko.	**Yuqu yëkk woo gis, yuqu yëkk u Baay Yukk Sàmb mooy ki gën a neexle yuqug yëkk**
200. Silmaxa si ŋëb na ci loxo ndijooram tumam, ci loxo càmmoñam mu ŋàbb ag basaŋ, dugg ci néegub guddig waxset gu lëndëm këriis, fekk làmp ba fay. Ngir xam fan lay wara lal basŋam, nan lay wara def ba taal làmp?	**Gumba du gis bay soxlaa taal ab làmp.**

Jaaraamaa yaw mi càqi ci cax lu ëpp téeméeri cax ak juróom fukki cax te mbind mi wér ! Taalam Saate sargal na la !

Table des matières

Le Sénégal

aux éditions L'Harmattan

Dernières parutions

L'ESTHÉTIQUE SOCIALE DES PULAAR
Socioanalyse d'un groupe ethnolinguistique
Sy Harouna
L'esthétique sociale pulaar est une mise en ordre éthique de la vie sociale. Elle est l'inventaire systématique de ce qu'il y a de beau et de laid dans le social relativement à ses valeurs, à ses normes, à ses règles et à ses codes qui commandent des postures, des relations, des rapports et des qualités appropriés. L'analyse des contradictions de la société pulaar du Fuuta Tooro a révélé des logiques et des stratégies fondées sur des rapports de castes et sur les représentations sociales que ces rapports produisent.
(31.00 euros, 304 p.)
ISBN : 978-2-343-11189-6, ISBN EBOOK : 978-2-14-002810-6

LE BAYNUNK GUNAAMOLO, UNE LANGUE DU SUD DU SÉNÉGAL
Analyse phonologique, morphologique et syntaxique
Diop Sokhna Bao - Préface de Denis Creissels
Le Sénégal est un pays multilingue avec des langues majoritaires et des langues minoritaires, de par le nombre de leurs locuteurs, mais également de par la quantité de travaux dont chacune dispose. Les langues majoritaires ont fait l'objet de nombreuses recherches, à la différences des langues minoritaires. Ce constat est à l'origine du choix porté sur la description de la variante gunaamolo du baynunk (parlé au sud du Sénégal, plus précisément à Niamone, dans la région de Ziguinchor) qui est une langue en danger très peu décrite. L'utilité et l'intérêt de ce travail résident dans la sauvegarde et la connaissance de cette langue et sa communauté. Elle peut servir aussi de référence à des recherches futures.
(Coll. Études africaines, 38.50 euros, 392 p.)
ISBN : 978-2-343-09614-8, ISBN EBOOK : 978-2-14-002913-4

DE L'HÉRITAGE ARABO-ISLAMIQUE SAINT-LOUISIEN
Une illustration par les œuvres d'Abbas Sall et d'Abdoulaye Fall Magatte
Fall Cheikh Tidiane - Préface de Samba Dieng et Postface de Mouhamed Habib Kébé
Cet ouvrage porte sur la réhabilitation du legs culturel arabo-islamique ouest-africain en général et saint-louisien en particulier. Revaloriser un pan du patrimoine culturel par l'entremise de l'imagination poétique locale de deux intellectuels demeure l'objectif principal de cette étude. Une partie descriptive

constituée de la traduction d'une cinquantaine de poèmes suivie d'un volet analytique constitue la méthodologie de ce travail de recherche. La moisson tirée de ce travail préliminaire apporte quelques éclairages sur l'intérêt de la traduction de manuscrits arabes, notamment ceux produits par d'éminents ulémas du Sénégal, tels les deux poètes faisant l'objet de cette étude.
(Harmattan Sénégal, 35.00 euros, 340 p.)
ISBN : 978-2-343-11306-7, ISBN EBOOK : 978-2-14-003014-7

L'AGRICULTURE DU SÉNÉGAL SOUS LA COLONISATION
Diop Ismaïla
L'introduction de l'arachide au Sénégal au début du XXe siècle révolutionne le paysage agricole. La France décide alors de faire du Sénégal une colonie arachidière. Le Sénégal devient la troisième puissance arachidière du monde après les États-Unis et l'Inde. Cette monoculture extensive aboutit à un déficit vivrier chronique, une dégradation des sols, une dépendance vis-à-vis des importations de riz en provenance d'Asie. Pour y remédier, le rapport de la mission Roland Portères de 1952 recommande des mesures d'aménagement du territoire, de restauration des sols, de promotion de l'agriculture intégrée sérère.
(Harmattan Sénégal, 23.50 euros, 218 p.)
ISBN : 978-2-343-11129-2, ISBN EBOOK : 978-978-2-14-002836-6

CASAMANCE
À quand la paix ?
Bassène René Capain – Préface du père Nazaire Diatta
Malgré leur volonté et leur engagement affichés d'aller vers la fin du conflit armé en Casamance, la position des parties en guerre n'a jamais réellement évolué. L'État du Sénégal se dit prêt à négocier sur tous les points, sauf sur ceux relatifs à l'intégrité territoriale et l'unité nationale, alors que, de son côté, le MFDC soutient une position contraire en déclarant être disposé à ne négocier que sur la question se rapportant à l'indépendance totale de la Casamance. Cette situation montre que le conflit armé est encore loin de finir en Casamance.
(28.50 euros, 276 p.)
ISBN : 978-2-343-10426-3, ISBN EBOOK : 978-2-14-002593-8

PARCOURS D'UN JOURNALISTE AUTODIDACTE
Ndiaye Pape Ngagne
Préface de Mamoudou Ibra Kane
Pape Ngagne Ndiaye, par son style, est devenu un rendez-vous incontournable de l'espace audiovisuel sénégalais. L'émission «Faram Faccce» qu'il anime présentement sur TFM est très courue des hommes et femmes politiques pressés de se soumettre au feu roulant et nourri des questions du redoutable interviewer, unique dans son genre. Ce livre n'est pas seulement une autobiographie, mais aussi une réflexion thématique et une sélection rigoureuse de certains numéros de la célèbre émission qui se veut «un décryptage des questions majeures de l'actualité nationale».
(37.00 euros, 360 p.)
ISBN : 978-2-343-09916-3, ISBN EBOOK : 978-978-2-14-002822-9

DES FRANCENABE AUX MODOU-MODOU

L'émigration sénégalaise contemporaine

Fall Papa Demba - Préface du Professeur Abdoulaye Bara Diop

Principalement centré sur la France et ses anciennes colonies d'Afrique, le champ migratoire sénégalais s'est, de manière originale, progressivement étendu à des destinations naguère méconnues ou peu fréquentées (comme les États-Unis, l'Italie, l'Espagne, l'Afrique du Sud ou le Brésil). Peu à peu, les migrants sont devenus des acteurs incontournables du développement. La prise en compte de ces populations, et de leurs mouvements, devient donc nécessaire aux programmes et politiques de développement durable.

(Harmattan Sénégal, 40.00 euros, 559 p., Illustré en noir et blanc)

ISBN : 978-2-343-10796-7, ISBN EBOOK : 978-2-14-002539-6

«DOYEN» AMADY ALY DIENG, LE TRANSMETTEUR INTÉGRAL (1932-2015)

Économie biographique ou sémio-Histoire

Ngaïdé Abdarahmane

Amady Ali Dieng nous a quittés il y a un an. Pour lui rendre hommage et s'en rappeler les enseignements, l'auteur de cet ouvrage a décidé de compiler ses nombreux écrits ou interventions. Les quatorze textes qui composent cette anthologie sont représentatifs et significatifs de la personnalité, du style et des préoccupations d'Amady Ali Dieng. On y retrouve son style, son humour et son esprit critique.

(Harmattan Sénégal, 23.50 euros, 228 p., Illustré en noir et blanc)

ISBN : 978-2-343-10855-1, ISBN EBOOK : 978-2-14-002561-7

41 RULES TO BE HAPPY

Kane Babaly

Seeing that happiness is the goal towards which all men strive for, the author wrote this book to help the reader in treasuring the joyous of life and realizing his desires in entirety, to be fulfilled, to claw his way to the top and to assure him it will turn out well in the end. Moreover, this book intends to give the keys us to get the secret for reaching we want in this life. 41 rules to be happy is a little self help book which has 41 rules that are meant to allow every reader to live life in full potential.

(Harmattan Sénégal, 14.50 euros, 138 p.)

ISBN : 978-2-343-10904-6, ISBN EBOOK : 978-2-14-002583-9

SÉNÉGAL

Les limites du Plan Sénégal Émergent

Samb El Hadji Mansour

Cet ouvrage présente une analyse profonde des politiques publiques en décortiquant le Plan Sénégal Émergent (PSE) qui jusque-là n'a fait l'objet d'aucune analyse critique sérieuse. Le Sénégal est face à un défi, le défi de son émergence, un défi qu'il compte relever avec tous ses fils. Ce défi qui mobilise aujourd'hui tout le monde doit nous pousser à proposer de nouveaux chemins et à animer un débat nécessaire et incontournable dans tout processus d'émergence.

(Harmattan Sénégal, 27.00 euros, 276 p.)

ISBN : 978-2-343-09721-3, ISBN EBOOK : 978-2-14-002372-9

SÉNÉGAL
Dynamiques paysannes et souveraineté alimentaire
Le procès de production, la tenue foncère et la naissance d'un mouvement paysan
Diop Amadou Makhouredia
Préface d'Yves Guillermou ; Postface de Fodé Niang
Le présent ouvrage contribue à la compréhension des stratégies développées par la petite paysannerie et les dynamiques qui animent les exploitations agricoles familiales permettant la production de biens nécessaires à l'alimentation et l'entretien des familles. La capacité des paysans à prendre en main leurs propres préoccupations a été mise en évidence par l'émergence d'organisations, de groupements, d'associations et d'unions dans tout l'espace rural sénégalais.
(Harmattan Sénégal, 26.00 euros, 256 p.)
ISBN : 978-2-343-10852-0, ISBN EBOOK : 978-2-14-002457-3

HISTOIRE ET SOCIOLOGIE DES RELIGIONS AU SÉNÉGAL
Tamba Moustapha
Le Sénégal reste une exception dans le domaine religieux : 90 % de musulmans, 5 % de chrétiens et 5 % d'adeptes de l'animisme. C'est aussi le pays où les musulmans et les catholiques partagent le même cimetière, où les conjoints partagent des religions différentes, où les écoles privées catholiques comptent 60 à 70 % d'élèves de confession musulmane, etc. Ce phénomène n'est pas dû au hasard. L'histoire et la sociologie des religions permettent de l'expliquer amplement. Cet ouvrage souligne cette exception sénégalaise pour montrer qu'au moment où notre monde est en proie au fanatisme, à l'intolérance et au terrorisme religieux, le Sénégal propose un autre « modèle ».
(Coll. Études africaines, série Economie, 41.00 euros, 426 p.)
ISBN : 978-2-343-10424-9, ISBN EBOOK : 978-2-14-002506-8

FIGURES DU POLITIQUE ET DE L'INTELLECTUEL AU SÉNÉGAL
L.S. Senghor - M. Dia - A. Ly - CH. A. Diop A. Diouf & F. Mitterrand - J.R. De Benoist - A. Seck - TH. Fall - A. M. Samb - A.M. Samb JR - TH. Monod - H. Bocoum - G. R. Thilmans
Samb Djibril
Cet ouvrage réunit des personnalités politiques et/ou intellectuelles très diverses : Léopold Sédar Senghor, l'Immortel Noir ; Mamadou Dia, le brillant économiste ; François Mitterrand et Abdou Diouf, deux experts politiques, ou encore Théodore Monod, le savant probe. Ces figures sont autant de coryphées auxquels l'auteur a voulu rendre hommage, afin de rappeler que la terre africaine du Sénégal ne manque pas de princes de l'esprit ni de nourriture intellectuelle.
(26.00 euros, 266 p.)
ISBN : 978-2-343-10731-8, ISBN EBOOK : 978-2-14-002513-6

Structures éditoriales du groupe L'Harmattan

L'Harmattan Italie
Via degli Artisti, 15
10124 Torino
harmattan.italia@gmail.com

L'Harmattan Hongrie
Kossuth l. u. 14-16.
1053 Budapest
harmattan@harmattan.hu

L'Harmattan Sénégal
10 VDN en face Mermoz
BP 45034 Dakar-Fann
senharmattan@gmail.com

L'Harmattan Cameroun
TSINGA/FECAFOOT
BP 11486 Yaoundé
inkoukam@gmail.com

L'Harmattan Burkina Faso
Achille Somé – tengnule@hotmail.fr

L'Harmattan Guinée
Almamya, rue KA 028 OKB Agency
BP 3470 Conakry
harmattanguinee@yahoo.fr

L'Harmattan RDC
185, avenue Nyangwe
Commune de Lingwala – Kinshasa
matangilamusadila@yahoo.fr

L'Harmattan Congo
67, boulevard Denis-Sassou-N'Guesso
BP 2874 Brazzaville
harmattan.congo@yahoo.fr

L'Harmattan Mali
Sirakoro-Meguetana V31
Bamako
syllaka@yahoo.fr

L'Harmattan Togo
Djidjole – Lomé
Maison Amela
face EPP BATOME
ddamela@aol.com

L'Harmattan Côte d'Ivoire
Résidence Karl – Cité des Arts
Abidjan-Cocody
03 BP 1588 Abidjan
espace_harmattan.ci@hotmail.fr

L'Harmattan Algérie
22, rue Moulay-Mohamed
31000 Oran
info2@harmattan-algerie.com

L'Harmattan Maroc
5, rue Ferrane-Kouicha, Talaâ-Elkbira
Chrableyine, Fès-Médine
30000 Fès
harmattan.maroc@gmail.com

Nos librairies en France

Librairie internationale
16, rue des Écoles – 75005 Paris
librairie.internationale@harmattan.fr
01 40 46 79 11
www.librairieharmattan.com

Lib. sciences humaines & histoire
21, rue des Écoles – 75005 paris
librairie.sh@harmattan.fr
01 46 34 13 71
www.librairieharmattansh.com

Librairie l'Espace Harmattan
21 bis, rue des Écoles – 75005 paris
librairie.espace@harmattan.fr
01 43 29 49 42

Lib. Méditerranée & Moyen-Orient
7, rue des Carmes – 75005 Paris
librairie.mediterranee@harmattan.fr
01 43 29 71 15

Librairie Le Lucernaire
53, rue Notre-Dame-des-Champs – 75006 Paris
librairie@lucernaire.fr
01 42 22 67 13

www.ingramcontent.com/pod-product-compliance
Lightning Source LLC
LaVergne TN
LVHW021237061026
849535LV00008B/3099
9782343141008